I0630336

परमेश्वराची टिपण वही

वि. आ. बुवा

परमेश्वराची टिपण वही

वि. आ. बुवा

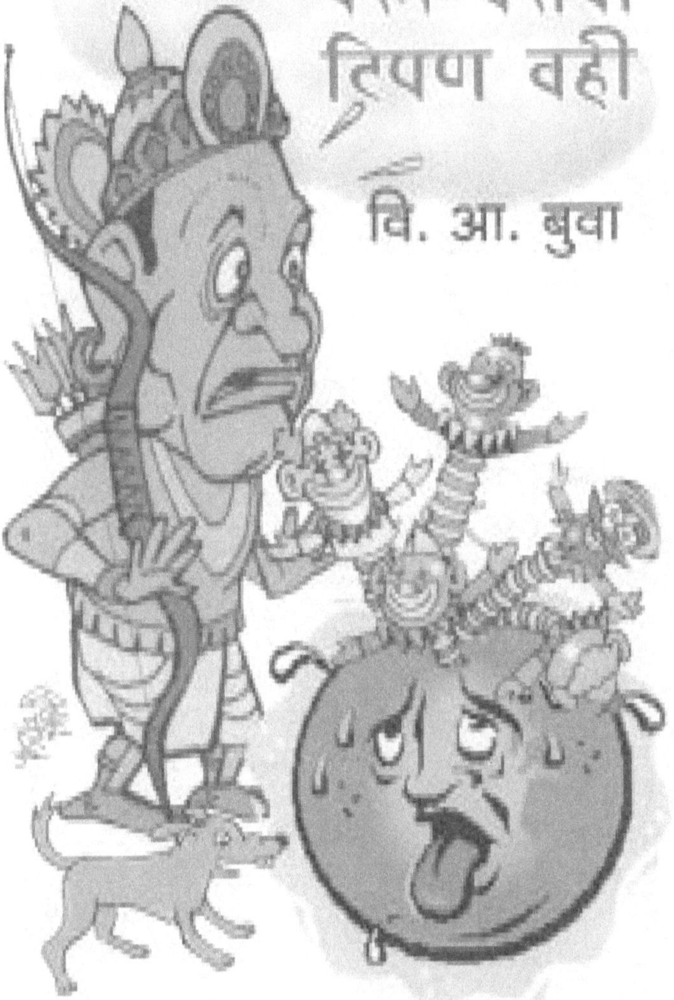

दिलीपराज प्रकाशन प्रा. लि.
२५१ क, शनिवार पेठ, पुणे - ४११०३०.

परमेश्वराची टिपण वही
Parmeshwarachi Tipan vahi

प्रकाशक
राजीव दत्तात्रय बर्वे
मॅनेजिंग डायरेक्टर
दिलीपराज प्रकाशन प्रा. लि.
२५१ क, शनिवार पेठ, पुणे ४११ ०३०

© वि. आ. बुवा

प्रथमावृत्ती - १५ सप्टेंबर २०१०

प्रकाशन क्रमांक - १८३०

ISBN - 9788-1-7294-836-8

टाईपसेटिंग
पितृछाया मुद्रणालय,
९०९, रविवार पेठ, पुणे - ४११ ००२

मुखपृष्ठ- सुहास चांडक

Website: www. diliprajprakashan.com
Email: diliprajprakashan@yahoo.in

गुजराथी असूनही, मराठी भाषा आणि मराठी साहित्य याविषयी सक्रिय नितान्त प्रेम असणारे माझे स्नेही-दांपत्य सौ. गीताबेन आणि डॉ. कांतीभाई सूचक यांना प्रेमपूर्वक

– वि. आ. बुवा

अनुक्रमणिका

.१.

परमेश्वराची टिपण वही

परमेश्वर म्हंटला की तो अखिल ब्रह्मांडनायक आहे, सर्वश्रेष्ठ आहे, अनादी आहे, अनंत आहे, अमूर्त आहे, निर्गुण आहे, निराकार आहे, अरुप आहे, अनिकेत आहे, विश्वव्यापी आहे, सूक्ष्मातिसूक्ष्मही आहे, अतर्क्य आहे, कालातीत आहे, अजर आहे, अमर आहे, सर्वज्ञ आहे, सर्वव्यापी आहे आणि आणखी बराच काही आहे. परमेश्वराचा शोध घेण्याचा प्रयत्न हजारो वर्षांपासून चालू आहे. परमेश्वराचा विचार करता करता बुद्धी कुंठित होऊन जाते.

काय? पहिलाच परिच्छेद सॉलिड जड वाटला ना? पण काय करणार? परमेश्वर म्हटला की, हे सगळं लांबलचक सांगितलंच पाहिजे. परमेश्वराविषयी आतापर्यंत प्रचंड प्रमाणात बोलून आणि लिहून झालं आहे. तो नक्की आहे पासून तो नक्की नाही पर्यंत सगळे तर्ककुतर्क व्यक्त करून झाले आहेत. तरीही परमेश्वरानं कुणालाच दाद लागू दिली नाही. खरा प्रसिद्धिपराङ्मुख आहे. प्रसिद्धिपराङ्मुखचीच एवढी प्रचंड जाहिरात होते की, त्यापेक्षा रेग्युलर प्रसिद्धिप्रिय असलेलं परवडलं. परमेश्वर प्रसिद्धिपराङ्मुखच आहे. पण आस्तिक आणि नास्तिक दोघेही त्याला अमाप प्रसिद्धी देत असतात. असो. झालं एवढं प्रास्ताविक पुरे.

एक अद्‌भुत घटना घडली. माझ्या स्वप्नामध्ये परमेश्वर आला आणि मला म्हणाला, "मी निर्गुण निराकार अमूर्त स्वरुपात आलो तर तुला दिसणारच नाही. म्हणून मी पौराणिक देवाचं समूर्त रुप धारण केलं आहे. राजा रविवर्माच्या चित्रातल्या देवाप्रमाणे हा बघ मीही जरीकाठी पीतांबर नेसला आहे. माझ्या अंगावर भरजरी रेशमी शेला आहे. गळ्यात वैजयंतीमाला आहे. चार हातात शंख, चक्र, गदा, पद्म आहे.

कपाळावर केशरीकस्तुरीचा तिलक आहे. डोक्यावर रत्नजडित मुकुट आहे. मुखमंडलाभोवती तेजोवलय फिरत आहे. अशा रूपात तुला बघण्याची सवय आहे. म्हणून मी साकार प्रकट होऊन तुझ्या स्वप्नामध्ये आलो आहे. जागा झाला आहेस ना तू?''

''होय भगवान! माझ्या झोपेत मला स्वप्न पडलं होतं ना, त्यातून जागा झालो आहे.''

''म्हणजे, पहिल्या झोपेत तू जागा आहेस.''

परमेश्वर म्हणाला, ''आता या झोपेतच जागा रहा. ते जागेपण सोडून झोपेतून खरोखरचा जागा होऊ नकोस. तसा अस्सल जागा झालास की, मी लगेच अंतर्धान पावीन. मी जागेपणी कुणालाही दर्शन देत नसतो. अनेक ॠषीमुनींनी खूप धडपड केली पण मी कुणालाही अजूनपर्यंत भेटलोच नाही.''

''मग माझ्यावरच एवढी कृपा का केली?'' मी श्रद्धापूर्वक परमेश्वरास विचारलं.''

''कृपा वगैरे काही नाही.'' परमेश्वर म्हणाला, ''मी कुणाच्याही झोपेत जे स्वप्न पडतं, त्या स्वप्नात जाऊन दर्शन देत असतो. त्याला 'परमेश्वरी दृष्टांत झाला' असं म्हणतात.''

''आज माझ्यावर कशासाठी कृपा केली?'' मी तोच प्रश्न पुन्हा विचारला.

''ही वही घे'' परमेश्वर माझ्या हातात एक वही देत म्हणाला, ''या वहीत मी जेव्हा जेव्हा वेळ मिळतो तेव्हा काही टिपणं लिहीत असतो. अशा टिपणांची ही वही आहे.''

ती वही मी हातात घेतली. वहीच्या मुखपृष्ठावर लिहिलं होतं, 'मी आणि माणूस : काही टिपणे.' आतल्या पानांवरून ओझरती नजर टाकली. अक्षर अतिशय वळणदार होतं. जणू काही छापीलच! बोलून चालून परमेश्वराचंच हस्ताक्षर! त्याबद्दल काय बोलावं?''

''हे अनंत कोटी ब्रह्मांडनायक परमेश्वरा, तसा तू सर्वज्ञ असल्यामुळे जगातल्या सर्व भाषा तुला उत्तम येत असणार. सगळ्या लिपीही लिहिता येत असणार. असं असूनही, या अमर्याद विश्वात असंख्य गॅलॅक्सी आहेत. प्रत्येक गॅलॅक्सीत असंख्य तारे आहेत. ही सूर्यमाला ज्या 'होम गॅलॅक्सीत आहे, त्या होम गॅलॅक्सीमध्येही अगणित तारे आहेत. त्या अगणित ताऱ्यांमधला एक सुईच्या टोकाएवढा ठिपका म्हणजे, सर्व ग्रहांसह असलेला आपला सूर्य नावाचा तारा आहे. त्या सूर्यमालेतील एक ग्रह पृथ्वी आहे. या पृथ्वीच्या एक अकरांश भाग म्हणजे आशिया खंड, आशियाचा एक अकरांश भाग म्हणजे हिंदुस्थान. त्याचा एक दशांश भाग म्हणजे

महाराष्ट्र नामक एक नामी विभाग. त्या महाराष्ट्रात मराठी नामक एक भाषा बोलली जात असते. तू मात्र टिपणं लिहिण्यासाठी आमची मराठी भाषाच निवडलीस याबद्दल मन:पूर्वक धन्यवाद.''

''तुझ्या स्वप्नात यायचं होतं ना? म्हणून म्हटलं चला, टिपणं मराठीतच लिहून काढूया.'' परमेश्वर म्हणाला, ''हे बघ विनू, (शब्दार्थ 'मी') ही टिपण वही तू वाचून काढ. जागा होऊन म्हणजे खरोखरचा जागा होऊन वाचत बसू नकोस. कुणीतरी बघू बघू म्हणून वही घेतील.''

''खरं आहे. मी झोपेतल्या स्वप्नात पुन्हा झोपी जातो. आणि त्या झोपेत जे स्वप्न पडेल, त्या स्वप्नात ही वही वाचतो. म्हणजे तिथवर कुणी पोहोचण्याचा प्रश्नच नाही.'' मीही परमेश्वराला योग्य आश्वासन दिलं.

माझ्याकडून आश्वासन घेतल्यावर, परमेश्वर अंतर्धान पावला. मी माझ्या पहिल्या झोपेच्या स्वप्नात पुन्हा झोपी गेलो आणि त्या दोन नंबरच्या झोपेच्या स्वप्नामध्ये परमेश्वरानं लिहिलेली, 'मी आणि माणूस : काही टिपणे' ही वाचायला घेतली. टिपणकार : अ. ब्र. ना. (अखिल ब्रह्मांड नायक) परमेश्वर असं त्याखालच्या ओळीत लिहिलं होतं. आजपर्यंत भल्याभल्यांना परमेश्वराचं नखसुद्धा दिसलं नव्हतं. (तो निराकार असल्यावर त्याला नखं तरी कुठून असणार? नाही का?) आणि मला मात्र त्यानं स्वहस्तानं लिहिलेली टिपण वही दिली. मी तर काहींच्या काहीच हरखून गेलो आणि 'अजि म्या ब्रह्म पाहिले' हे गाणं मला जमेल तसं गाऊ लागलो. गाऊन झाल्यावर मी ती टिपण वही वाचायला प्रारंभ केला.

(मी आणि माणूस - काही टिपणे)

टिपण - १

मी आतापर्यंत लक्षावधी प्राणिमात्रांची निर्मिती केली आहे. डोळ्यांना न दिसणाऱ्या सूक्ष्मातिसूक्ष्म जंतूपासून हत्तीपर्यंत खूप निर्मिती केली आहे. हे कार्य अजूनही चालू आहेच. परंतु उत्कृष्ट कलाकृती निर्माण केल्याचा जो एक प्रकारचा उच्च प्रतीचा मानसिक आनंद असतो ना, तो मात्र अजूनपर्यंत मिळाला नव्हता. अशी कोणती कलाकृती निर्माण करावी, याचा मी रात्रंदिवस विचार करत होतो. (कमाल आहे! परमेश्वराला कसली आली रात्र आणि कसला आला दिवस?) प्रत्येक प्राणिमात्राला मी काही ना काही स्पेशल गोष्ट दिली आहे. ते म्हणजे त्यांचं बलस्थान. उदाहरणार्थ, नांगी हे विंचवाचं बलस्थान. ती नांगी तोडली की, विंचवाचं विंचूपणच संपलं. मग विंचू आणि झुरळ सारखेच.

आणखी एक दोन उदाहरणं देतो. सिंहाचे दात आणि नखं काढली की सिंह

आणि सदाशिव त्रिंबक बुडकुले नावाचा बुळा, नेभळट, मरतुकडा माणूस सारखाच. सशाचे पाय तोडले, तर ससा आणि कासव सारखेच. असं काही ना काही वैशिष्ट्य मी प्रत्येक प्राण्याच्या हायी ठेवलं आहे. त्याप्रमाणं प्रत्येक प्राणिमात्र वागत आहे. इथंवर सगळं काही सुरळीतपणे चाललं होतं. पृथ्वीवरील सर्व प्राणी मी नेमून दिलेल्या पद्धतीप्रमाणे वागत होते मीही समाधानी होतो.

टिपण - २

समाधानाचं रिकामपण मिळालं की काही तरी अफलातून आयडिया सुचू लागतात. आपण आतापर्यंत लाखो प्राणी निर्माण केले. या अहंकारानं मी सुखावलो होतो. त्या सुखावलेल्या अवस्थेतच मी एक निराळीच नवनिर्मिती करण्याचं ठरवलं. असा एक प्राणी निर्माण करायचा की, त्याच्या ठायी अन्य अनेक प्राणिमात्रांचे गुण एकत्र असतील. याशिवाय तो स्वत:च अनेक नवीन गोष्टी करील. तो प्राणी स्वत:चं अन्न स्वत:च निर्माण करु शकेल. स्वत:च्या रक्षणासाठी स्वत:च शस्त्रं निर्माण करील. तो विचार करू शकेल. बोलू शकेल. तो माझ्यावर फारसा अवलंबून राहणार नाही. अशा बऱ्याच सुखद आणि आगळ्या-वेगळ्या कल्पना माझ्या डोक्यामध्ये सतत घोळत होत्या. हा प्राणी आडवा असावा की उभा असावा, त्याला पाय असावेत की नसावेत, पाय दिल्यास किती द्यावेत, अनेक, चार की दोन, त्याला आणखी काही विशेष अवयव द्यावेत काय, त्याला वाघ-सिंहाप्रमाणे हिंस्त्र बनवावं की शेळ्यामेंढ्यांप्रमाणे मवाळ बनवावं, अस्वलाप्रमाणे केसाळ बनवावं की गेंड्याप्रमाणे जाड कातडीचं बनवावं, सापाप्रमाणे त्याच्या ठिकाणी विष ठेवावं की गायीप्रमाणे दूध, कोल्ह्याप्रमाणे बेरकी, चालू, चाप्टर बनवावा की गाढवाप्रमाणे मूर्ख बनवावं, त्याला दोन डोळे द्यावेत की कावळ्याप्रमाणे त्याला एकाक्ष करावं, वाघ-सिंहाप्रमाणे शूर आणि क्रूर बनवावं असा नानाप्रकारे मी विचार करत होतो. नेमका कसा नवीन प्राणी निर्माण करावा याबद्दल मी एकसारखा विचार करत होतो. आणखीही असलेच पाच-पन्नास मुद्दे मला सुचले. त्यामुळे माझ्या डोक्यात एकच गोंधळ निर्माण झाला होता. खूप विचार केला. पण मला अभिप्रेत असलेला नवीन विशेष प्रकारचा प्राणी व्हिज्युअलाइझ करू शकत नव्हतो. डोळ्यांसमोर नेमकी आकृतीच येत नव्हती. विचार करण्यातच एक आठवडा गेला.

टिपण - ३

विचार करून करून थकल्यावर मी एक गोळा बेरीज निर्णय घेतला. हा नवा प्राणी असा बनवावा की तसा बनवावा या प्रकारचे अनेक विचार माझ्या डोक्यात

आले होते ते मी आधीच्या टिपणात लिहून ठेवलेच आहेत. विचार करता करताच डोक्यात एकदम ट्यूब पेटली. असं केलं तर? हीच ती पेटलेली ट्यूब. असं केलं तर म्हणजे, मागल्या टिपणात मला जे जे पर्याय आणि प्रकार सुचले होते त्या सर्वांचंच एक अजब मिश्रण बनवून त्यातूनच आपली नवनिर्मिती करायची. पुढचा प्रश्न त्या प्राण्याला आकार कसला द्यायचा? आतापर्यंत बहुसंख्य प्राणी मी सरसकट आडवे बनवत आलो होतो. चेंज म्हणून नवा स्पेशल प्राणी उभा निर्माण करण्याचं ठरवलं. त्याला कोणकोणते अवयव द्यायचे? पुन्हा डोकेदुखी! उद्या विचार करू.

टिपण - ४

ठरलं एकदाचं! हा नवीन प्राणी उभा पद्धतीचा बनवायचा. दोन पाय, दोन डोळे, दोन कान, एक नाक, एक तोंड, एक डोकं, पोट, हृदय वगैरे सर्व इतर प्राण्याप्रमाणेच करायचं. पण पशूंप्रमाणं शिंगं आणि शेपूट ठेवायचं नाही. इतर सर्व प्राण्यापेक्षा एक निराळा अवयव द्यायचा. त्याचं नाव हात. या प्राण्याला दोन हात असतील. हातांना प्रत्येकी पाच पाच बोटं असतील. इतर प्राण्यांप्रमाणेच नर आणि मादी करणारच आहे. त्याशिवाय या नवीन प्राण्याचं वंशसातत्य कसं काय राहणार? एकंदरीत सर्व प्राथमिक तयारी केली. बुद्धी आणि विचारशक्ती या नावाचे दोन स्पेशल घटक डोक्यात ठेवण्याचं निश्चित केलं. हे दोन नवीन आयटेम्स् माझ्या नेहमीच्या वापरण्यातले नव्हते, म्हणून. मुद्दाम निर्माण करावे लागणार होते. हा नवीन प्राणी निर्माण करण्यासाठी कच्चा माल तयार केला. नवीन फॅक्टरी बांधली. गोडाऊन तयार केलं. सगळंच नवीन होतं. नवनिर्मितीचा आनंद काही निराळाच असतो. तेच ते जलचर प्राणी, जलस्थलचर प्राणी, स्थलचर प्राणी, ख-चर प्राणी काय रोजचंच रुटिन होऊन बसलं होतं. फॅक्टरीतल्या यंत्रात रॉ मटेरिअल टाकून हँडल फिरवलं की, त्या बाजूनं गिरणीतून पीठ पडावं तसे प्राणी भराभर बाहेर पडतात. हे रोजचं बघून बघून कंटाळा आला होता. म्हणून तर बुद्धी, विचारशक्ती आणि दोन हात असलेला उभा टाइपचा नवीन प्राणी निर्माण करण्यात नक्कीच नवीनपणाचा आनंद होता.

टिपण - ५

नवीन फॅक्टरी सुरु झाली. ब्रँड न्यू कोरं करकरीत मटेरिअल वापरून नवीन प्राणी निर्माण केला. पहिला नग हातात घेऊन नीट चेक करून पाहिला. मी स्वत:शी म्हणालो, 'ओके' झकास तयार झालं आहे. पहिलंच प्रॉडक्ट! निजणं, पालथं पडणं, रांगणं, बसणं, उभा राहणं, चालणं आणि धावणं या क्रमानं त्याच्या

हालचाली मी ठरवून दिल्या. हा नवीन प्राणी इतर प्राण्यांपेक्षा दिसायला सुंदर झाला होता. रुपडं मोहक दिसत होतं. काही महिन्यांनी त्याला आकार येऊ लागला. निर्माण केल्या-केल्याच या नवनिर्मितीनं रडणं नामक आवाज सुरु केला. मला बरं वाटलं. काही तरी नवीन घडत होतं. पुढं काही महिने गेल्यावर ही नवनिर्मिती आपले ओठ अलग करून मधुर हसू लागली. ते हास्यवदन पाहून मला केवढी धन्यता वाटली. मी आतापर्यंत लाखो प्राणी निर्माण केले; पण कसं कुणास ठाऊक, मी एक गोष्ट विसरूनच गेलो होतो, असं म्हणण्यापेक्षा ही गोष्ट मुळातच मला सुचली नव्हती. कशी काय सुचली नव्हती, याचंच मला राहून-राहून आश्चर्य वाटू लागलं, ती गोष्ट म्हणजे हास्य! नवनिर्मित हा प्राणी हसल्यावर किती छान छान दिसतो याचा प्रत्यक्ष प्रत्यय आला. तुम्ही बघा पाहिजे तर, वाघ-सिंह कधी हसले आहेत काय? वाघीण वाघाकडे पाहून गालातल्या गालात कधी हसली आहे? बैल गायीकडे सस्मित मुद्रेनं बघत आहे आणि गाय म्हणत आहे, ''दिसला गं बाई दिसला, मला बघून गालात हसला...'' असं दृश्य कधी दिसलं आहे काय? प्राण्यांना खेद झाल्यावर रडता आलं पाहिजे आणि आनंद झाल्यावर हसता आलं पाहिजे या दोन गोष्टी मागं मला सुचल्याच नव्हत्या. आता यापुढं मी या नव्या निर्मितीला मात्र रडणं आणि हसणं या दोन गोष्टी नेहमी देत जाणार आहे. माझ्या या नवीन निर्मितीच्या बाबतीत मी फार मोठ्या अपेक्षा बाळगल्या. साहजिकच आहे. खूप परिश्रम करून, अनेक प्राण्यांचे गुण एकत्र करून, हातासारखे अवयव जास्त देऊन मी हा प्राणी निर्माण केला आहे. माझ्या मते, ही माझ्या हातून तयार झालेली सर्वोत्कृष्ट कलाकृती आहे. यानंतर, इतकी उत्कृष्ट निर्मिती केल्यावर मी पुन्हा आणखी काही निर्माण करणं म्हणजे या नवनिर्मितीचा अवमान होईल. म्हणून मी यापुढं कसलीही नवनिर्मिती करणार नाही. हीच माझी अत्युत्कृष्ट आणि अंतिम कलाकृती आहे. यानंतर मी चक्क आराम करणार आहे. फार कंटाळा आला, तर ब्रह्मांडातून एखादी चक्कर मारून येत जाईन. तेवढेच पाय मोकळे होतील. हा नवीन प्राणी निर्माण करताना मी किती तरी ड्रॉईंग्ज काढली होती, फाडली होती, दुरुस्त्या केल्या होत्या. शेवटी मनाजोगी फिगर तयार केल्यावर मी नवीन प्राणी तयार केला.

टिपण - ६

आणि... आणि...

या नवनिर्मित प्राण्याचं नाव मी ठेवलं 'माणूस' माणूस ही माझी ग्रेटेस्ट क्रिएशन आहे. प्रत्यक्ष माणूस! हा माणूस माझे पांग फेडील असा विश्वास माझ्या

मनात निर्माण झाला होता. मी खूप खूप आनंदात होतो. परंतु हा आनंद खोटा ठरला. 'माणूस' या माझ्या शेंडेफळानं माझा भयंकर म्हणजे महाभयंकर अपेक्षाभंग केला. 'गॉड प्रपोजेस अँड मॅन डिस्पोजेस' असा चमत्कारिक अनुभव माझ्या नशिबी आला. प्रत्यक्ष परमेश्वर असूनसुद्धा! दैव काय आणि माणूस काय? दोघेही माझीच अपत्ये! अपत्ये कसली? आपत्तीच! माणूस म्हणजे केवढा महान होईल अशी माझी अपेक्षा होती. सर्व प्राणिमात्र माझीच लेकरं असली, तरी मी कार्यनिवृत्त झाल्यावर माझा वारस म्हणून मी माणसालाच दत्तक घेऊन त्याच्याकडे अखिल विश्वाच्या कारभाराचा चार्ज देणार होतो आणि मी शांतपणे कार्यनिवृत्तीचं आयुष्य व्यतीत करणार होतो. पण मला कसली आली आहे कार्यनिवृत्ती? विश्वाचा अफाट पसारा मांडून बसलो आहे ना? मलाच हे सगळं सांभाळलं पाहिजे. माणसाचा अपेक्षाभंग करणारा अनुभव आल्यानंतरच मी ही टिपण वही लिहिण्यास प्रारंभ केला. माणसाचे मला आलेले कटू अनुभव मी यात लिहिले आहेत. अशा आणखी काही वह्या लिहून तयार आहेत. त्यातली ही पहिली वही आहे.

टिपण - ७

माणसानं पहिला दणका दिला तो मलाच. त्यानं स्वत:च्या पायावर उभा राहून, माझ्यावरची जबाबदारी कमी व्हावी या हेतूनं त्याला हात, बुद्धी आणि विचारशक्ती दिली. पण माणसानं माझीच प्रार्थना करताना (मराठी सुलभ अनुवाद : माझ्याकडे कसली ना कसली भीक मागताना) जोडण्यासाठी हाताचा उपयोग करू लागला. हात जोडून तो मलाच अनेक गोष्टी मागू लागला. 'काले वर्षतु पर्जन्य: पृथिवी सस्यशालिनी, देशोऽयं क्षोभरहित: सर्वे सन्तु निरामया:' अशा मागण्या माझ्याकडे करू लागला. पुढं पुढं तर 'दुग्धंच मे दधिच मे, मधुच मे' वगैरे घरगुती पदार्थही माझ्याकडे मागू लागला. म्हशीचं किंवा गायीचं दूध काढावं, ते घ्यावं, दूध विरजण लावून ठेवावं म्हणजे दही मिळेल. असल्या बारीक-सारीक गोष्टी माझ्याकडे कशाला मागायच्या. मला मुलगा दे, मला संपत्ती दे, मला दीर्घायुष्य दे, मला हे दे, मला ते दे — अरे आहे काय हे? सगळं मीच द्यायचं तर, फॅक्टरीत ओव्हरटाइम करून घडवून तयार केलेल्या माणसानं स्वत: काय करायचं? फार तर, आय वील वर्क वुइथ हिम, परंतु आय वील नॉट वर्क फॉर हिम. असं जर माणूस वागत असेल तर त्याला स्पेशल प्राणी म्हणून घडवला कशाला?

टिपण - ८

पुढं पुढं मात्र माणूस बदलत चालला. त्याला हात, बुद्धी, विचारशक्ती,

बोलणारी जीभ देऊन मी फार मोठी चूक केली, असं वाटू लागलं. त्यामुळे तो दिवसेंदिवस बहकतच चालला आहे. त्याची अक्कल जरा जास्तच चालू लागली आहे. विचारशक्तीही भलतीकडेच वाहू लागली आहे. तरी बरं मी इतर प्राण्यांचे चांगले गुणच त्याच्यात ठेवले आहेत. विंचवाचं, सापाचं विष, वाघ-सिंहासारखी नखं-दात, हत्तीसारखी प्रचंड शक्ती, हरणासारखी चपळाई त्याच्यात ठेवली नाही. तरीही माणूस म्हणजे वैतागवाडी होऊन बसला आहे. आता माणूस निर्माण करून तर बसलो आहे. त्याची फळं भोगलीच पाहिजेत. बुद्धी दिली नसती, तर फार बरं झालं असतं. असा मला पश्चाताप झाला आहे. त्याच्या बुद्धीचा पहिला फटका मला स्वत:लाच बसला आहे. 'परमेश्वर आहे की नाही' या विषयावर वाद करून जरा जादाच असलेले बुध्दिवादी ओरडून सांगतात की, ''परमेश्वर नावाची चीजच मुळी अस्तित्वात नाही. जे नाहीच ते आहेच असा अट्टाहास कशासाठी? परमेश्वर खरोखरच अस्तित्वात असेल, तो अनादी अनंत असेल, अजरामर असेल तर त्यानं छातीठोकपणे पुढं यावं, हिंमत करून सांगावं की, 'मी आहे!' पण तसं होत नाही ना? ऋषीमुनींनी खूप प्रयत्न करून पाहिला. त्यांनाही परमेश्वर भेटला नाही. भेटला असता, तर त्याची मुलाखत तरी घेता आली असती. पण मुलाखत कुणाची घेणार? शून्याची की अवकाशातल्या पोकळीची? कितीही डोकं आपटा, परमेश्वर प्रकट काही होत नाही. याचं एकमेव कारण म्हणजे, परमेश्वर मुळात अस्तित्वातच नाही तर तो प्रकट कुठून होणार आणि मुलाखत तरी कशी देणार?''

पाहिलतं! मीच निर्माण केलेल्या आतिशहाण्या बुध्दिमान माणसांनी माझ्यावरच घाव घालून माझं अस्तित्वच अमान्य करून टाकलं आहे. त्यामुळे मलाही थोडीफार हालचाल करणं भागच पडलं. मी काही माणसांना श्रद्धाळू बनवलं. परमेश्वर नक्की आहे, असे ठामपणे वाटण्याची बुद्धी दिली. त्यामुळे ते तेवढे माझ्या अस्तित्वावर श्रद्धापूर्वक विश्वास ठेवतात. माणसाला बुद्धी आणि विचारशक्ती देऊन मी अक्षरश: पस्तावलो आहे.

मी आजपर्यंत असंख्य प्राणी निर्माण केले आहेत. पण मी आहे की नाही, असा गड्ड्यालाच हात घालून एकाही प्राण्यानं प्रश्न उपस्थित केला नाही. एवढा मोठा शूरवीर सिंह, जेवढा मोठा तेवढाच शूर, वीर वाघ यापैकी कुणीही या फंदात पडलं नाही. आपण बरे की आपली शिकार बरी. लांडग्यानं आणि कोल्ह्यानंही मी आहे की नाही यावर कधी चर्चा केली नाही की, आणखी काही प्राणी बोलावून सिंहाच्या अध्यक्षतेखाली परिसंवाद घडवून आणला नाही. मोठे प्राणीच काय पण कावळा, चिमणी, पोपट हे पक्षी तसंच डास, चिलटं, मुंग्या वगैरे कीटक यापैकी कुणीही डायरेक्ट माझ्यावरच हल्ला चढवला नाही. त्या सर्व बिचाऱ्यांना, मी बोलणारी जीभ

दिली नसली तरीही ते मनोमन जाणून आहेत की, मी आहे! आय् ॲम!

टिपण - ९

माणूस हळूहळू, टप्प्याटप्प्यानं स्वतःच स्वतःला आपण कुणी तरी सुप्रीम पॉवर आहोत असं समजू लागला. बुद्धी आणि विचारशक्ती देण्याचा मूर्खपणा (मी केला असल्यामुळे पाहिजे तर डिव्हाईन फुलरी म्हणा) मीच करून बसलो होतो ना? आता तो माझ्याच प्रतिस्पर्धी होऊ पाहत आहे. मी विश्वातल्या पृथ्वीनामक माझ्या दृष्टीनं एक बारीक ठिपका असलेल्या ग्रहावरील असंख्य प्राण्यांपैकी एक असा माणूस नामक प्राणी निर्माण केला. तसं पाहिलं तर कर्तुमकर्तुम, शक्ती असलेल्या माझ्यापुढं माणूस म्हणजे अक्षरशः नगण्य आहे. पण म्हणतात ना, असल्या नगण्य वाटणाऱ्याचंच उपद्रव्यमूल्य (न्यूसन्स व्हॅल्यू) फार त्रासदायक असतं.

वास्तविक पाहता संपूर्ण विश्वाचा मीच एकमेव मालक आहे. अखिल ब्रह्मांडाचे सगळे मोनॉपली हक्क माझ्याकडेच आहेत. एक असंख्यांश टक्केसुद्धा कुणाचीही पार्टनरशिप त्यात नाही. युगानुयुगे मीच एकटा या प्रॉपर्टीचा वहिवाटदार मालक आहे. आजपर्यंत माझ्या मालकीत आपलाही भाग आहे असा कुणीही दावा केला नव्हता. पण माणसानं ते धाडस केलं आहे. प्रत्यक्ष हमसे टक्कर? म्हणतात, 'फूल्स रश इन व्हेअर एजल्स फिअर टू ट्रेड!' केवळ या प्रवृत्तीमुळे माणूस स्वतःला कुणी तरी ग्रेट समजू लागला आहे. नुसताच समजत असता तर माझं कसलंही ऑबजेक्शन नव्हतं. पण माणसानं प्रत्यक्ष कृती केल्यामुळे मात्र मी थोडासा अस्वस्थ झालो आहे. प्रश्न, पृथ्वीनामक ठिपक्यावर वर्चस्व गाजवण्याचा नसून प्रश्न तत्त्वाचा आहे. मी निर्माण केलेल्या पृथ्वीनामक ठिपक्यावर तरी आपली मालकी गाजवण्याचा त्याला काय अधिकार?

स्वतःच मालक समजू लागला आणि त्याप्रमाणे वागू लागला. त्यामुळे पृथ्वीवरील अन्य प्राण्यांचं व्यक्तिस्वातंत्र्य धोक्यात आलं. माणूस कुठंही अनिर्बंध संचार करू लागला. अरण्यावर अतिक्रमण करू लागला. स्वतःचं अन्न निर्माण करण्यासाठी अरण्ये तोडून शेती करू लागला. माणसानं केलेला हा पहिला इकॉलॉजिकल हल्ला होय. तिथून त्यानं पर्यावरणावर विविध प्रकारे आक्रमण सुरू केलं. आपल्याला अमुक अमुक गोष्टी करायच्या आहेत ना, मग त्यासाठी तमुक तमुक गोष्टींचे बळी गेले तरी बेहत्तर! आपल्याला सुख आणि आनंद मिळणार आहे ना? झालं तर मग? बाकीचा निसर्ग, प्राणी सगळे गेले खड्ड्यात. अगदी पद्धतशीरपणे माणसानं आक्रमणं, ॲक्रोचमेंटस् सुरू केली. हे सगळं दादागिरी करत रेटत रेटत

नेलं. माणसापुढं कुणाचं काही चालत नाही हे सर्व प्राण्यांना कळून चुकलं. त्यामुळे माणूस हुकूमशहा होऊन बसला. (आपण जीभ लांब करून व्यक्तिस्वातंत्र्याच्या आणि लोकशाहीच्या लंब्या-चवड्या बाता मारतो. एक नंबरचा ढोंगी!) तो कुणावरही आपली हुकूमशाही गाजवू लागला.

टिपण - १०

सगळे मानवेतर प्राणी एकतर आपले गुलाम आहेत, नाहीतर शत्रू आहेत अशी माणसानं ठाम समजूत करून घेतली आहे. जे गुलाम प्राणी आहेत, त्यांनी माणसाची सेवा केली पाहिजे असा अलिखित दंडकच माणसानं इतर प्राण्यांवर लादला आहे. त्यामुळे माणसाची आपल्यावर कधी धाड येईल या भीतीनं कितीतरी प्राणी धास्तावलेलेच असतात. कुणीही माणसानं धनुष्यबाण किंवा बंदूक घेऊन अरण्यात जावं आणि निष्पाप हरणापासून शूर वाघसिंहापर्यंत कुणाचीही हत्या करावी हे गेली हजारो वर्षे चालत आलं आहे. केवळ स्वत:चं मनोरंजन व्हावं या स्वार्थी क्षुद्र हेतूनं पौराणिक राजांपासून शिकाऱ्यांपर्यंत हजारों प्राण्यांचे जीव घेणारा माणूस जेव्हा अहिंसा, भूतदया, प्राणिमात्रांविषयी प्रेम यावर प्रवचनं झोडतो, तेव्हा माणूस हा किती निर्लज्ज प्राणी आहे हेही मला कळून चुकलं आहे.

स्वत:च्या जिभेचे चोचले पुरवण्यासाठी माणूस मांसाहार करतो, मत्स्याहार करतो, अंडी खातो. या एका चोचल्यासाठी संपूर्ण पृथ्वीवर दररोज लाखो पशुपक्ष्यांची हत्या होत असते. रविवार नामक दिवस तर कोंबड्यांचा घातवारच असतो. कोणा एका महाभारतकालीन बकासूर नावाच्या राक्षसाला दररोज गाडाभर शाकाहारी अन्न आणि मांसाहार म्हणून दररोज एक माणूस द्यावा लागत असे. रोज एकच माणूस खाणारा बकासूर क्रूर, अमानुष (नाही तरी तो मनुष्य नव्हताच), दुष्ट, निर्दयी हणून याच्या नावाचा केवढा गवगवा झाला. का तर, बकासूर रोज एक माणूस खात होता. पण माणूसप्राणी दररोज लाखो पशुपक्षी मारून खात असतो तेव्हा तो क्रूर, अमानुष, दुष्ट, निर्दयी वगैरे वगैरे काहीही नसतो. कारण तो माणूस आहे ना! माणूस जे जे काही करत असतो ते ते सगळं योग्यच असतं असं माणसानं स्वत:च स्वत:ला सर्टिफिकेट देऊन ठेवलं आहे. माणसानं या संदर्भात स्वत:च दोन नियम करून टाकले आहेत. ते नियम असे-

रुल नंबर वन—

मॅन इज ऑल्वेज राइट.

रुल नंबर टू—

इफ मॅन इज नॉट राइट. रिफर टू रुल नंबर वन.

कसे नियम आहेत? नावाला दोन नियम. तसा तो एकच नियम आहे. या एका नियमातच संपूर्ण माणूस सामावलेला आहे.

कोणत्याही कारणानं असो, माणसाला अन्य प्राण्यांची हत्या करताना काही म्हणजे काही वाटत नाही. परवाच एक डास माझ्याकडे आला होता. तो बिचारा पोरका होता. आदल्या रात्रीच त्याचं माता-पित्याचं छत्र हरपलं होतं. तो सांगत होता. त्याचे मातापिता आणि शेकडो जातबांधव यांची हत्या माणसानं विषारी कीटकनाशकाचे फवारे मारून केली होती. त्यातच त्याचे माता-पिता बळी पडले. याला क्रूरपणा म्हणायचं नाही तर काय म्हणायचं? झोपमोड न होता रात्र सुखाची जावी म्हणून दररोज रात्री डासांची वांशिक हत्या होत असते. तरीही माणसं स्वत:ला दयाळू, मायाळू समजत असतात.

माशा, झुरळं, मुंग्या हे गरीब बिचारे प्राणी. त्यांचीही सामूहिक हत्या रोजच्या रोज माणूस करत असतो. कारणं क्षुद्र असतात. पण हजारों कीटकांना रोज देहान्ताची शिक्षा होत असते. आपण सुखात असलो म्हणजे झालं. त्या सुखासाठी दररोज हजारो लाखो कीटकांचे बळी घेताना काहीही न वाटणारा माणूस दररोज नवीन नवीन प्रभावी कीटकनाशक औषधं शोधून काढत असतो. साप दिसला की मार, विंचू दिसला की ठोकून काढ, गोम दिसली की चपलेनं ठेचून काढ, उंदीर तर उघडउघड शत्रू त्यांना माणूस कसा जिवंत सोडणार. या पृथ्वीवर आपल्याला आवश्यक असणारे प्राणी ठेवायचे आणि बाकीचे जीवजंतू मारून टाकायचे हे माणसाचं धोरण आहे. केवळ स्वत:च्या सुखासाठी माणूस दररोज किती प्रचंड प्रमाणात हत्या करत असतो. तरीही माणूस स्वत:ला सुधारलेला, विकसित, सिव्हिलाईज्ड असं समजतो आणि खरोखरच सभ्य असणाऱ्या अरण्यातल्या पशूंना मात्र रानटी, क्रूर, हिंस्त्र वगैरे काय वाटेल ते म्हणतो. बेडरपणाची कमाल आहे की नाही? केवळ माणूसच असं करू जाणे. खरोखर माणूस म्हणजे मलाच डोकेदुखी होऊन बसली आहे.

टिपण - ११

घोडे, बैल आणि गाय यांना तर माणसांनी कायमचे गुलाम करून टाकले आहे आणि हाच माणूस माणसाच्या गुलामगिरी विरुद्ध मात्र लढा करत असतो. घोड्यानं माणसाचं काय घोडं मारलं होतं, ते मी परमेश्वर असूनही मला माहित नाही. टांग्याला घोड्याला जुंपायचं आणि माणसानं आरामात टांग्यात बसायचं. एवढ्यानं भागत नाही, तर टांगेवाला चाबकानं घोड्याला मारत असतो. चार पैसे जास्त मिळत असतील तर टांगा जास्त वेळ चालवला जातो. लढाई माणसामाणसांतली

चालू असते. पण योद्धे घोड्यावर बसून लढाई करत असतात. वैर दोन राजांचं असतं, पण मधल्यामध्ये घोडे मात्र हकनाक धारातीर्थी पडतात. माणसाच्या या दुष्टपणाला काय म्हणावं. रेसकोर्सवर घोडे तोंडाला फेस येईपर्यंत बेफाम धावत असतात. ज्याच्या नंबराचा घोडा विनमध्ये येईल, त्या माणसाला हजारो रुपये मिळतात. घोड्याची मात्र फुकटची दमछाक. बाकीचे घोडेही धावत असतात पण नंबरात न आल्यामुळे त्यांना 'ऑल्सो रॅन' असा शिक्का मारला जातो. नावनिशाणी काही नाही. कधी प्राचीन काळी माणूस एकदा जो घोड्यावर बसला तो बसलाच. पुन्हा खाली उतरायला तयारच नाही. बिचारा घोडा!

बैलाचीही तीच दुर्दशा! शेतात राबतो, गाड्या ओढतो, मोट ओढतो, रात्रंदिवस गुलामासारखा राबतो. धान्य माणसाला आणि कडबा बैलाला. वा रे उपकाराची परतफेड! गायीलाही निराळी वागणूक नाही. तिच्या वासराला थोडंसं पाजल्यासारखं करायचं, लगेच वासराचा पान्हा तोडायचा आणि माणसानं धार काढायला बसायचं. ते दूध विकायचं. 'आज का दूध का भाव : अमुक रुपये लीटर' अशी पाटी लावून धंदा करायचा. माणूस हा असा स्वार्थी आहे. 'गोहत्या बंद झालीच पाहिजे' असा मोर्चा काढला की, झाली कृतज्ञता. घोडा, बैल आणि गाय यांच्यात आणि माणूस प्राण्यातील वेठबिगारी मजूर यांच्यात फरक काय? हे प्राणीही माणसाचे मूक वेठबिगारच आहेत की!

टिपण - १२

ही पृथ्वीच काय संपूर्ण विश्वच माझ्या मालकीचं आहे. असं असूनही या पृथ्वीचे खंड, देश असे सुमारे पावणे दोनशे तुकडे पाडून माणसं एकेका तुकड्यावर मालकी हक्कानं राज्य करत आहेत. शेजारच्या देशांशी वैर करून दोन्ही देश एकमेकांशी लढून एकमेकांच्या सैनिकांची मुंडकी छाटत आहेत. मरणारे सैनिक मरून जातात आणि ज्यांच्यासाठी ते मेले, ते मात्र राज्यकर्ते म्हणून चैनीत, वैभवात राहत असतात. प्रजा नावाच्या माणसांकडून कराच्या रूपानं द्रव्य मिळवून मजा मारत असतात. राजरोजसपणे हे सगळं चाललेलं असतं. जो माणूस आडदांड तो सत्ताधीश होतो. जे दुर्बळ ते प्रजा होतात. राज्यकर्ता कुणीही येवो, कुणीही जावो, प्रजा आहे तशीच सोशीक राहते. राजसत्ता बदलली म्हणून प्रजेला तसा काही फायदा होत नसतो. प्रजेच्या दृष्टीनं सत्तांतर म्हणजे, 'सापनाथ गेला आणि नागनाथ आला.' फरक कुठं आहे?

टिपण - १३

माणसाला बुद्धी, विचारशक्ती आणि हात दिल्यामुळे या तिन्हींचा वापर पुढं पुढं माणसं आपसातच करू लागली. बुद्धीची दुर्बुद्धी, विचारशक्तीची अविचारशक्ती आणि हाताचं शस्त्र अशी रुपांतरं करून माणसं काही ना काही कुरापत काढून सतत आपसात भांडत राहिली. इतर प्राणीही आपसात भांडतात, एकमेंकावर गुरगुरतात पण त्याचं कारण एखादं दुसरंच असतं. गुरगुरणं थांबलं की सगळं थांबतं. पण माणसाचं तसं नाही. माणसानं भांडण्यासाठी अनेक जोड्या निर्माण केल्या आहेत. काळे-गोरे वाद, आशिया-युरोपियन वाद, मराठी-कानडी वाद, हिंदू-मुस्लिम वाद, सीमावाद, प्रकल्पग्रस्त वाद, उत्तरेकडचे दक्षिणेकडचे वाद, शिक्षण माध्यम वाद, जातीयवाद, राजकीय पक्षांचे वाद (वादच वाद) असंख्य वाद निर्माण करायचे आणि जिद्दीनं लढत बसायचं. हा माणसाला जडलेला घातकी छंद आहे. या छंदाच्या पाठीमागं दोन्ही पक्षांची जीवघेणी जिद्द असते. त्यामुळे दोन्ही पक्ष मोठ्या प्रमाणात खरोखरच जीव घेत असतात.

वाद, भांडण, हेकटपणा, आडमुठेपणा, खुमखुमी या सर्वांच्या विरुद्धअर्थी एकच शब्द आहे. तो म्हणजे समंजसपणा. समंजसपणा जर दोन्ही पक्षातील माणसांकडे असेल तर माणसातले अनेक प्रश्न चुटकीसरशी सुटले असते. दोघांत जो दुरावा निर्माण होतो तो नाहीसा होऊन ते अंतर कमीत कमी होतं किंवा पूर्ण नाहीसं होतं. हे समंजसपणा या एकमेव प्रभावी शब्दामुळे. हेच मी साहेबांच्या भाषेत सांगतो. मला सगळ्याच भाषा येतात. म्हणून आता साहेबांच्या भाषेमध्ये सांगतो, ''अंडरस्टँडिंग इज दी शॉर्टेस्ट डिस्टन्स बिटविन टू पर्सनस्.''

माणसाची मी एक गोष्ट मार्क करून ठेवली आहे. माणूस एकटा असतो ना तेव्हा तो दयाळू, प्रेमळ, सात्विक विचाराचा असतो. मग तो माणूस चोर, खुनी, दरोडेखोर असो. एकटा असला की त्याच्या मनात सुविचार डोकावतात. पण बरीच माणसं एकत्र आली की, ती माणसं सभ्य, सज्जन असली तरी काय वाटेल ती अविचारी कृत्यं करतात. गाडीवर दगड मारतात, काचा फोडतात, डब्यांना आग लावतात, स्टेशनची नासधूस करतात. माणसं एकत्र आली की त्यांच्यातली तामसवृत्ती जागी होते आणि वाटेल ती विध्वंसक कृत्यं करते. एकाच साहेबी वाक्यात सांगायचं झाल्यावर ते असं सांगता येईल, ''मॅन इज काईंड बट मेन आर क्रुवेल.'' समुदायाचं वागणं निराळंच असतं. हिंदी सिनेमा बघणारा माणूस एरवी एकटा असतो, तेव्हा ता शहाणा असतो. पण ते सगळे शहाणे हिंदी सिनेमाला गेले की, सामुदायिकरीत्या मूर्ख होतात आणि भंकस हिंदी सिनेमा मजेत एंजॉय करतात. अशावेळी, ''मॅन इज वाईज बट मेन आर फूल्स'' असं म्हणावं लागतं. मी

माणसाला बुद्धी दिली खरी, परंतु माणसानं तिचा सतराशे साठ प्रकारे उपयोग केला. कधी चुकून चांगला आणि फार मोठ्या प्रमाणात वाट्टेल तसा.

टिपण - १४

माणूस बनवताना माझ्याच हातून न कळत एक चूक झाली. खोटं बोलणं ही सहज प्रवृत्ती आणि खरं बोलणं हा संस्कार असं मी करून ठेवलं. आता ते वज्रलेप होऊन बसलं. त्याचं कारण मी पहिल्यांदा जे करतो ते चिरंतन कायम असतं. यामुळे माणसाचं लहान मूलसुद्धा सहजपणे कुणीही न शिकवता खोटं बोलतं. पण खरं बोलण्याचे मात्र सतत आणि धाकटपट्या दाखवून संस्कार करावे लागतात. खरं बोल हे शिकवावं लागतं खोटं बोल हे कुणीच कुणाला शिकवत नसतं. ते आपोआपच येत असतं. म्हणून तर जगात प्रचंड प्रमाणात सतत खोटे व्यवहारच होत असतात.

***

इथं परमेश्वरानं मला वाचायला दिलेली एक नंबरची टिपण वही संपली. वाचताना एक निराळाच अनुभव आला. परमेश्वराची आणि इतर प्राण्यांची माणसांविषयीची परखड मतं वाचायला मिळाली. मी वही वाचून त्या स्वप्नातून आधीच्या झोपेच्या स्वप्नात जागं केलं. मी परमेश्वराची वही त्याला दिली. ‘‘कशी काय वाटली टिपणं?’’ परमेश्वरानं विचारलं.

‘‘उत्तम आहेत.’’ मी म्हणालो, मी परमेश्वराला विचारलं, ‘‘माणूस प्राण्यानं तुझा भयंकर अपेक्षाभंग केला असूनही, तू अजूनही दररोज नवीन नवीन माणूस जन्माला घालतोस हे कसं काय?’’ मी जन्माला घालत असलेला प्रत्येक नवा माणूस म्हणजे, मी माणसाच्या बाबतीत अजूनही पूर्ण निराश झालो नाही. कारण माणूस हीच माझी अंतिम निर्मिती आहे. म्हणून एवढी चिवट चिकाटी दाखवणंच भाग आहे.’’ एवढं बोलून परमेश्वर अंतर्धान पावला. मी जागा झालो.

* * *

.२.
सगळे नवरे सारखेच

'सदासुखी महिला मंडळ' हे एक क्रियाशील महिला मंडळ आहे. या महिला मंडळाचे नेहमी कसले ना कसले उपक्रम चालू असतात. स्पर्धा तर नेहमीच चालू असतात. चटणी स्पर्धा, कोशिंबीर स्पर्धा, मेंदी स्पर्धा, रांगोळी स्पर्धा, सिनेमातल्या गाण्यांच्या स्पर्धा, हुंडाबळी-परिसंवाद, स्त्रीमुक्ती चर्चा, सुदृढ बालक स्पर्धा वगैरेही चालू असतंच. साहित्यिक अंगही जपलं पाहिजे, म्हणून काव्यस्पर्धा, कथाकथन स्पर्धा, कथालेखन स्पर्धा, निबंध स्पर्धा वगैरेही चालू असतं. निबंधांचे विषयही विविध असतात. 'घरदारावर लाथ : मुक्त स्त्रीची', 'माझी मी', 'नवरा माझा खुळा', 'नवऱ्यांची ऐशी तैशी', 'मीच नवऱ्याचा नवरोजी', 'नवऱ्याला वठणीवर आणा' असे अनेक विषय असतात. प्रत्येक निबंधातला नवरा हा साधारणपणे मैत्रिणीचा किंवा दुसऱ्या परिचित स्त्रीचा नवरा असतो. आपल्याच नवऱ्यांविषयी वेडेवाकडे (प्रतिशब्द 'खरं') लिहिलं तर आपला नवरा संपूर्ण शाकाहारी असला, तरी शाकाहाराला एक दिवस अपवाद म्हणून आपल्याला फाडून खाईल याची भीती असते. यासाठी जेव्हा जेव्हा नवऱ्यांविषयी लिहायचं असतं (राहिलेले शब्द 'खरं खरं') तेव्हा तेव्हा दुसऱ्या स्त्रीच्या नवऱ्याचा वापर करावा अशी सूचनाच दिलेली असते. स्वत:च्या सुरक्षिततेच्या दृष्टीनं हे आवश्यक असतं.

'सदासुखी महिला मंडळानं' हल्ली नुकतीच एक लेखन स्पर्धा आयोजित केली होती. या लेखन स्पर्धेचा विषय होत. 'अन्य नवरा : एक अभ्यास' नवरा हा सर्व स्त्रियांच्या आवडीचा विषय असल्यामुळे (टीप : विषय आवडीचा - नवरा नव्हे) मंडळातल्या अनेक स्त्रियांनी

त्यात उत्साहानं भाग घेतला. बरेच लेख आले. त्या लेखांचा परीक्षक म्हणून काम करण्याचा 'सन्मान' मला मिळाला होता. प्रत्येक महिलेनं दुसरीच्या नवऱ्यांबद्दल फार वंडरफुल लिहिलं होतं. हे निबंध परीक्षक या नात्यानं वाचताना माझी चांगलीच करमणूक झाली. ज्या लेखांनी पर-पतीबद्दल विशेष काही लिहिलं होतं त्यांना पारितोषिकपात्र ठरवलं. स्त्रियांचा, दुसऱ्या स्त्रीच्या नवऱ्यांविषयीचा अभ्यास किती सखोल असतो, हे या लेख वाचनावरून कळून आलं. पारितोषिकपात्र लेखातील महत्त्वाचा भाग मी आता सादर करत आहे.

लोचट नवरा

(हा लेख सौ. मृदुला मोने यांनी लिहिला आहे. त्यांनी सौ. प्रतिमाबाई बेळकीकर यांच्या नवऱ्याविषयी लिहिलं आहे. लेख स्पर्धेच्या वेळी, भाग घेणाऱ्या सर्व महिलांना एक महत्त्वाची सूचना करण्यात आली होती. सर्व नावं काल्पनिकच असली पाहिजे. त्यामुळे सौ. प्रमिलाबाई बेळकीकर आणि त्यांचा नवरा बबनराव बेळकीकर ही मुख्य नावं काल्पनिक आहेत. अन्य जी जी नावं सर्व लेखातून येतील ती ही काल्पनिकच आहेत. - मी - परीक्षक)

प्रमिलाबाई आमच्याच बिल्डिंगमध्ये समोरच्या विंगमध्ये राहतात. त्यांचे यजमान बबनराव एक नंबरचे लोचट आहेत. बाई दिसली रे दिसली की ते तोंडातून लाळ गाळत, जिभल्या चाटत बघत राहतात. सवयच आहे त्यांना. कोणतीही दिसायला बरी असलेली बाई दिसली की, ते लगेच पाघळतात. पाघळणं संपलं की, झुळूझुळू वाहू लागतात. टक लावून बघता बघता बबनराव द्रवरूप होऊन एखाद्या ओढ्याप्रमाणे वाहू लागतात. स्वत: ओढा झाले, तरी बाईकडचा ओढा कमी होत नाही. जगात सध्या सुमारे पावणे तीनशे कोटी स्त्रिया आहेत. त्या सर्व स्त्रियांकडे पाहण्याचा आपला जन्मसिद्ध हक्क आहे आणि तो हक्क मी कृतीत आणणारच, अशा पद्धतीनं ते बघत असतात. आपलं लग्न प्रमिलाबाईंशी होण्यात उगीच घाई केली असं बबनरावांना नेहमी वाटत असतं.

बबनरावांचा हा पश्चात्ताप घरापासूनच सुरू होतो. लग्नाच्या वेळी त्यांना प्रमिलाबाईच सुंदर वाटत होत्या. त्या वेळी त्या लग्नाच्या वयाच्या होत्या. प्रमिलाबाईंची धाकटी बहीण त्या वेळी चार वर्षांनी लहान होती. तिचं नाव होतं सुषमा. पुढं सुषमा हळूहळू मोठी झाली. मग बबनरावांना वाटू लागलं, ''अरेरे! लग्न करण्यात आपण फारच घाई केली. तीन-चार वर्षं थांबलो असतो तर, ही धाकटी मेहुणी-सुषमा हिच्याशीच लग्न करता आलं असतं. आपली घाई नडली. बबनरावांचं हे असंच असतं. प्रमिलाबाईंची थोरली बहीण चार वर्षांनी मोठी आहे. तिचं नाव वत्सला आहे. जर बबनरावांचं लग्न वत्सलाबरोबरच आधी झालं असतं तर तेव्हाही वत्सलाबरोबर

उगीच लग्न झाल्याची चुटपूट लागली असती. तीन-चार वर्षं थांबलो असतो तर धाकटी मेहुणी प्रमिला हिच्याबरोबर लग्न करता आलं असतं. वत्सलापेक्षा प्रमिलाच दिसायला झकास आहे असं त्यावेळी वाटलं असतं. याचं तात्पर्य एवढचं की, आपली लग्नाची बायको सोडून, बबनरावांना बाकीच्या सगळ्या बायकांविषयी प्रेमाचा उमाळा येत असतो. हे प्रकरण वाटेल त्या थरापर्यंत जातं.

मागं एकदा त्यांनी एक इंग्लिश सिनेमा पाहिला होता. पाहिला म्हणजे काय नुस्तं पाहण्याचंच काम केलं. इंग्लिश उच्चार अजिबात कळत नव्हते. (सगळ्यांचं असंच होत असतं.) 'नो! नो!' किंवा 'थँक्यू' किंवा 'गेट-आऊट' यांसारखे फुटकळ पण जोरात उच्चारलेले शब्द तेवढेच कळतात. बबनराव (आणि असलेच अनेक बबनराव) लगेच तत्परतेनं हसतात. (जणू काही सुरुवातीपासून संपूर्ण इंग्लिश सिनेमा आपल्याला कळलाच आहे अशा ढंगात हे हसणं असतं.) तर काय सांगत होते, बबनराव इंग्लिश सिनेमा पाहायला गेले होते. त्या सिनेमातली हिरॉईन होती जगप्रसिद्ध मेरिलिन मनरो! बबनरावांनी लगेच मेरिलिन मनरोवर झेप घेतली. मेहुणी ते मेरिलिन मनरो अशी ही झेप होती. पुन्हा तीच हळहळ. आपण प्रमिलाशी लग्न करण्यात उगीच घाई केली. जरा कळ काढली असती तर मेरिलिन मनरोला शब्द टाकून बघता आलं असतं. घरच्या लोकांच्या, 'लौकर लग्न कर, लौकर लग्न कर' या आग्रहाला बळी पडल्यामुळे आपल्याला प्रमिलाशी लग्न करावं लागलं. खरं म्हणजे आपली योग्यता त्या सौंदर्यवती मेरिलिन मनरोशी लग्न करण्याची आहे. प्रमिलाचा नवरा म्हणून शंभर वर्षं तिच्या सहवासात राहण्यापेक्षा मेरिलिन मनरोचा नवरा म्हणून तिच्या सहवासात एक महिना राहणं यात खरा पुरुषार्थ आहे. (चाल : १) "शेळी होऊन शंभर वर्षं जगण्यापेक्षा वाघ होऊन शंभर दिवस जगणं श्रेष्ठ आहे." - म्हैसूरचा वाघ टिपू सुलतान (२) "मुहूर्त ज्वलितं श्रेयं न च धूमायितं चिरम्" - (खूप वेळ धुरानं धुमसत राहण्यापेक्षा क्षणभरच होणारा भडका, ज्वाळा अधिक परिणामकारक असतो.) बबनरावांना हे फारच पटलं. त्यादिवशी सिनेमा पाहून घरी आल्यावर तर बबनरावांना प्रमिलाबाई म्हणजे मागल्या जन्मीची (यात आताचा जन्मही अंतर्भूत आहे) वैरीणच वाटू लागली. त्यातच सरकारचा द्विभार्या प्रतिबंधक कायदा आड येत होता. प्रमिलाबाई आणि कायदा हे दोन अडथळे कसे पार करावेत या विचारानं बबनराव अस्वस्थ झाले होते.

त्याच अस्वस्थ अवस्थेत ते रात्री झोपले. झोपेमधल्या स्वप्नात कुणी तरी दारावरची बेल वाजवली. स्वप्नातलीच बेल वाजल्यामुळे ती फक्त बबनरावांनाच ऐकू आली. बबनराव स्वप्नातल्या झोपेतून जागे झाले. दारात बघतो तो काय? डोळ्यांवर विश्वासच बसेना. आपण जागे आहोत की स्वप्नात आहोत हेच बबनरावांना

कळेना. म्हणून त्यांनी स्वत:लाच चिमटा काढून पाहिला. स्वप्नात जागे असलेल्या बबनरावांना तो चिमटा जाणवला. आपण जागे आहोत याबद्दल त्यांची खात्री झाली. दारात कोण उभी होती हे माहीत आहे काय? साक्षात मेरिलिन मनरो. शेवटचा खेळ सुटल्याबरोबर डायरेक्ट बबनरावांच्या स्वप्नात आली.

"मे आय् कम इन, डार्लिंग?" मेरिलिन मनरोनं लाडीक आणि मंजुळ आवाजात विचारलं

"कम इन कम् इन! व्हाय माय पर्मिशन आस्किंग? कम अँड सिट! हाऊस ईज अवर्सच!" बबनराव तिला कळावं म्हणून फाडफाड मराठमोळ्या इंग्लिशमध्ये बोलले.

"डार्लिंग आय लव्ह यू. आय वुअिश टु मॅरी टु यू. अॅट प्रेझेट देअर ईज अे व्हेकन्सी ऑफ अे हजबंड वुअिल यू बिकम माय हजबंड फॉर सम टाईम, टिल आय् गेट अे बेटर हजबंड?"

"येस् येस्! व्हाय नॉट? आय अॅम् रेडी ऑन वन् फूट, टु बिकम युवर हजबंड." बबनरावांनी त्यांच्या इंग्लिशमधून सांगितलं.

"बट, व्हाट अबाऊट युवर प्रेझेंट वाईफ?" मेरिलिन मनरोनं विचारलं.

"आय वुईल टेक घटस्फोट फ्रॉम हर. व्हाट ईज देअर?" बबनरावांनी सांगितलं.

दोघांचं संभाषण आणखीही झालं. नंतर डास फार चावू लागले म्हणून बबनराव जागे झाले आणि त्यांची भावी पत्नी मेरिलिन मनरो अदृश्य झाली.

बबनरावांचं हे असं आहे. अतिशय लोचट आहेत. बांगड्यांचा नुसता किणकिण आवाज ऐकला तरी धावत सुटतात. बबनराव इतके लोचट आहेत की, दिसेल त्या बऱ्या बाईवर ते लगेच आपल्या बाजूच्या पन्नास टक्के प्रेमाचा रतीबच सुरू करतात. मेरिलिन मनरो स्वप्नात लग्नाचं विचारून गेली. नंतर हेमामालिनी, (ती नंबर वन् वर होती तेव्हा) श्रीदेवी (ती नंबर वन् वर होती तेव्हा) आणि आता नंबर वन्वर असलेली माधुरी दीक्षित, उद्याच्या परवाच्या नंबर वन् जूही चावला. मनीषा कोईराला पासून तबूपर्यंत सर्वांवर बबनरावांनी पन्नास टक्के प्रेम केलं आहे. कामवाली दिसायला बरी बाई असली की बबनराव तिच्यावर प्रेम करू लागतात. मार्केटात भाजीवाली सुंदर असेल तर बबनराव तिच्याही प्रेमात पडून एक किलो सुरणाचा गड्डाच विकत घेतात. या प्रत्येक बाईच्या वेळी बबनरावांना नेहमी एकाच गोष्टीची हळहळ वाटत असते. प्रमिलाबाईंशी लग्न करण्यात आपण खरंच घाई केली. थोडं थांबलो असतो आणि धर्मेंद्रच्या अगोदर आपली हेमा मालिनीशी गाठ पडली असती तर आम्हा दोघांचा संसार सुखाचा झाला असता. आतापर्यंत थांबलो

असतो तर माधुरीकडे मागणी घातली असती.

बबनरावांइतका लोचट पुरुष संबंध पृथ्वीवर कुठंही नसेल. एक हजार, दोन हजार, पाच हजार, दहा हजार बायका बघितल्या तरी बबनरावांच्या डोळ्यांचं पारणं फिटत नाही. अमेरिकन मासिकात एखादी भरल्या अंगाची निग्रो बाई पाहिली तरी, 'ब्लॅक ईज ब्युटीफुल' म्हणत ते मनाशी म्हणतात, प्रमिलाबाईचं स्थळ बघण्यापूर्वी या कृष्णसुंदरीला पाहिलं असतं हिच्याशी लग्न केलं असतं. चित्रामधल्या त्या निग्रो दगडी कोळशावरही बबनराव प्रेम करू लागतात. ही बाई प्रमिलाबाई नाही ना? मग झालं तर! तिच्यावर प्रेम केलंच पाहिजे. बबनराव हे असे आहेत. देखणी बायको दुसऱ्याची, हा एकच निकष लावून कुणाकडेही लोचटपणे बघत असतात. सांगायला संकोच वाटतो, बबनरावांनी एकदा मलाही असं म्हटलं होतं की, "मृदुला, प्रमिलेशी लग्न होण्यापूर्वी तुझी भेट झाली असती तर मी तुलाच लग्नाची मागणी घातली असती." बबनरावांचा लोचट स्वभाव पक्का माहीत असल्यामुळे बबनराव काय म्हणाले ते मी या कानानं ऐकलं आणि त्या कानानं सोडून दिलं. तर सांगायचा मुख्य मुद्दा असा की, कोणताही नवरा असो, दुसरी बाई दिसली की पाघळायलाच लागतो.

फिल्मी नवरा

हा लेख सौ. शिल्पा भालेरीकर यांनी लिहिला आहे. सौ. शिल्पा भालेरीकर यांचा नवऱ्यांबद्दल अनुभव निराळा आहे. त्यांनीही नवऱ्यांचे बरेच नमुने पाहिले असावेत असं दिसतं. त्यातलाच हा एक नवरा आहे. या फिल्मी नवऱ्याचं नाव आहे, राजेशकुमार. (मूळ नाव सदाशिव हणमंत बुरकुंडे) अशा या राजेशकुमाराचा परिचय करून घेऊ या. सौ. शिल्पा भालेरीकर आपल्या लेखात असं म्हणतात.

राजेशकुमार हे या नवऱ्याचं नाव आहे. दिसायला फिल्मी स्टाअिलनं हँडसम आहे. केसांची स्टाईलसुद्धा फिल्मीच, बोलणं फिल्मी ढंगाचं आहे. राहतो एका चाळीमध्ये. दोन खोल्यांत सगळा संसार आहे. वय साधारण पस्तीस आहे, पण आपण अजूनही पंचविशीतच आहोत असं दिसण्याचा खटाटोप सतत चालू असतो. त्याच्या बायकोचं नाव आहे सौ. कमल. ती बिचारी सालस आहे. एका शाळेत शिक्षिका म्हणून काम करते. तिच्या पगारावर संसार चालतो. राजेशकुमार ठोंब्या एक पैसाही मिळवत नाही. सगळी चैन कमलच्या पैशांवर चालते. त्यामुळे ओढगस्तीनं संसार चालतो. कमल तशी दिसायला सुंदर आहे. परंतु परिस्थितीनं तिचं सौंदर्य कोमेजल्यासारखं दिसतं. नोकरी, घरचं स्वयंपाक-पाणी, हा असला फिल्मी ढंगाचा बेकार नवरा. त्यामुळे बिचारी करपून गेली होती. आपली बायको मुळातच सुंदर आहे याचा त्याला पत्ताही नव्हता. नेहमी नजर दुसऱ्यांच्या बायकांवर

आजकाल अनेक स्त्री-पुरुषांना सिनेमात काम करण्याचं फार आकर्षण वाटतं. त्याचा फायदा घेऊनही काही बायका गळाला लागतात का याचा अंदाज घेत, राजेशकुमार हुंगेगिरी करत हिंडत असतो.

कमलला तो नेहमी म्हणतो, "कुठल्या गाफील क्षणी मी तुझ्याशी लग्न करून बसलो, समजत नाही. मी थोडं थांबलो असतो तर दीप्ती नवलशीच माझं लग्न झालं असतं किंवा टीना मुनीमशी. पण तुझ्याशी लग्न करून पस्तावलो. फिल्मी स्टारशी माझं लग्न झालं असतं तर आज मी बडा निर्माता, दिग्दर्शक आणि सर्वांचा लाडका हिरो झालो असतो. एकेका पिक्चरसाठी पन्नास लाख रुपयांच्या ॲग्रीमेंटवर सह्या केल्या असत्या आणि ॲडव्हान्स म्हणून पंचवीस लाख रुपये रोख घेतले असते. पण मास्तरणीशी लग्न करून बसल्यामुळे माझ्या महत्त्वाकांक्षेचे पंखच छाटले गेले आहेत. हे बघ, मला एका स्टुडिओत जायचं आहे. शंभर एक रुपये दे. खिशात चार पैसे असले म्हणजे, लाख लाख रुपयांच्या व्यवसायाची बोलणी बिनधास्तपणे करता येतात. कॉंट्रॅक्ट साईन झालं की तुझे पैसे लगेच परत करीन. घरखर्चालाही तुला पैसे लागत असणारच."

कमलकडून शंभर रुपये घेऊन राजेशकुमार नावाचा नवरा हुंगेगिरीच्या मोहिमेवर निघाला. प्रथम तो सौ. मीनलच्या ऑफिसपाशी थांबला. ऑफिस सुटलं तेव्हा मीनल खाली आली. मीनलचं लग्न गेल्या वर्षीच झालं होतं. वय फक्त एकवीस वर्षं. कमलशी लग्न करण्यात उगीच घाई केली. मीनलशी लग्न केलं असतं तर मी हीरो झालो असतो आणि मीनल हिरॉईन झाली असती. राजेशकुमारनं मीनलला गाठलं.

"मीनल तुझ्यासाठी मी एक चांगली ऑफर घेऊन आलो आहे." राजेशकुमारनं बोलण्याचा शुभारंभ केला.

"कसली चांगली ऑफर?" मीनलनं किंचित नाराजी दाखवत विचारलं.

"माझ्या येत्या पिक्चरमध्ये मी तुला हिरॉईन करणार आहे. तुझा हिरो अमिताभ बच्चन -

"वय वर्षं चौपन्न - तोच ना?" मीनलनं विचारलं.

"वयाचं काय घेऊन बसलीस मीनल? एकदा का अमिताभनं डायलॉगबाजी सुरू केली की. तो वीस-बावीस वर्षांचा सुकुमार तरुण वाटतो." राजेशकुमार म्हणाला.

"हे बघ राजेशकुमार, माझी ऑफिसमधील नोकरी ठीक आहे." मीनल त्याला कटवण्यासाठी म्हणाली.

"मीनल असं कर, आपण त्या समोरच्या हॉटेलात बसू. ड्रिंक घेता घेता मी

माझा कंप्लीट प्लॅन सांगतो. प्लॅन ऐकल्यावर तुझा विचार लगेच बदलेल.'' राजेशकुमार मीनलला म्हणाला.

''पुढं कधी तरी प्लॅन सांग. मला आता पाच पन्नासची लोकल गाठायची आहे.'' मीनल पुन्हा नाराजी दाखवत म्हणाली.

''मीनल, तुला एकदम फार मोठा ब्रेक मिळणार आहे, फिल्म इंडस्ट्रीत. मराठी माणसांनी थोडं धाडस दाखवलं पाहिजे. एन. चंद्रा म्हणजे आपला चंद्रशेखर नार्वेकर. त्यानं 'तेजाब' सिनेमा काढला. त्या चित्रपटात नाना पाटेकर होता आणि माधुरी दीक्षित होती. तू बघतेस ना दोघेही नंबर वन वर आहेत ते. गेली सहा वर्षं माधुरी नंबर वनवरून हालायलाच तयार नाही. तोपर्यंत वेटिंग लिस्टवर असलेली जूही चावला माँ ची भूमिका करायला लागेल. म्हणून म्हणतो, तू लगेच नंबर वन् वर उडी मारून बस.''

''हे असलं उडी बिडी मारणं मला जमणार नाही.'' मीनलनं साफ सांगितलं, ''शिवाय मी अमिताभ आजोबाबरोबर आणि देव आनंद पणजोबाबरोबर ते हीरो आणि मी हिरॉईन असं काम मुळीच करणार नाही. काही तरीच आपलं!''

''बरं, ती आयडिया सोडून देतो. एक बिल्डर मला फायनान्स करणार आहे. त्याला मराठी आर्टिस्ट घेऊन हिंदी सिनेमा काढायचा आहे. तो मला हिरो होण्याचा फारच आग्रह करतो. तर मग मी हीरो आणि तू हिरॉईन असा चित्रपट काढू या. पिक्चरची स्टोरी मी स्वत:च लिहिली आहे. नुसत्या स्टोरीवर पिक्चर होल इंडियात रेकॉर्ड ब्रेक चालेल. आपली 'शोले' ची स्टोरी म्हणजे माझ्या स्टोरीपुढं बर्फाचा गोळा-नाव शोले असलं तरी.'' राजेशकुमार सांगत होता.

''अरे मला जाऊ दे ना. माझी पाच पन्नासची लोकल चुकेल.'' मीनल वैतागून म्हणाली.

''चुकू दे ग. नंतर पुष्कळ गाड्या आहेत.'' राजेशकुमार म्हणाला, ''पिक्चर स्टार्ट झालं की, पहिला सीन तुझाच आहे. तू तुझी कार चालवत आहेस. निर्जन रस्त्यावरून तुझी कार चालली आहे, वेळ रात्रीची आहे, एवढ्यात तुझ्या गाडीचं इंजिन नादुरुस्त होऊन गाडी बंद पडते. प्रेम चोपडा लगेच तिथे येऊन टपकतो आणि तुला रेप करण्याचा प्रयत्न करतो. झटापटीत तुझी साडी कुठल्या कुठं जाते.''

''शी! मी असल्या घाणेरड्या सिनेमात मुळीच काम करणार नाही.'' मीनलनं स्पष्ट सांगितलं.

''त्या झटापटीत तुझा ब्लाऊजही खूप फाटतो. पेटीकोट आणि ब्रेसियर एवढंच अंगावर असतं.''

"शी शी शी! पुरे आता फाजिलपणा." मीनल म्हणाली.

"त्याच वेळी मी तिथं येतो. मी हिरो असतो." राजेशकुमार म्हणाला, "मी प्रेम चोपडाला बेदम पिटून काढतो. तुझी मी गुंडांच्या तावडीतून सुटका केली म्हणून तू कृतज्ञतेपोटी मला आलिंगन देतेस. तेव्हा मी तुला म्हणतो, "तुम पहिले साडी नेसिय." मग तुझ्या लक्षात येतं की, आपल्या अंगावर फक्त पेटीकोट आणि खांद्यावरचे बंद दंडांवर घरंगळलेली ब्रेसियर आहे हे लक्षात येताच तू पहिल्यापासून रीतसर लाजतेस. तू झाडाआड जाऊन साडी नेसून पुढं येतेस. मग कृतज्ञतेपोटी पुन्हा रीतसर आलिंगन तू मला देतेस. नंतर...

"शी! मवाली! हलकट! बाजूला हो. घाणेरडा सिनेमा काढून, घाणेरडं बोलायला लाज नाही वाटतं? चल हट्! बाजूला हो. आणि हे बघ आताच सांगून ठेवते, तू जर पुन्हा माझ्याशी बोलण्याचा साधा प्रयत्न जरी केलास तरी मी तुला पायातल्या चपलेनं भर रस्त्यात चोपून काढीन. चल बाजूला हो. हल्ली मवाल्यांचा फार सुळसुळाट झाला आहे." असं म्हणून मीनल झपाट्यानं निघून गेली.

राजेशकुमारचा पार पचका झाला, वडा झाला, राडा झाला. थोडा वेळ चेहरा खरोखरच खेटरं मारल्यासारखा केला आणि निघून गेला.

राजेशकुमार तसा पक्का लोचट होता. त्यानं पुन्हा आपली लोचटगिरी सुरू केली. कुठलीही नवीन लोचटगिरी सुरू करायची असली की, त्याला खिशामध्ये शंभराची नोट लागते. तो कमलाला म्हणाला, "मला एका प्रोड्यूसरला भेटायला जायचं आहे. खिशात शंभर रुपये असलेले बरे. खर्च करावे लागणार नाहीत. तो प्रोड्यूसरच मला एका फाईव्हस्टार हॉटेलात जेवायला नेणार आहे. तिथं माझ्या स्टोरीवर डिस्कशन होणार आहे. त्याचप्रमाणे चित्रपटाचं डायरेक्शनही मलाच मिळणार आहे. स्टोरीचे एक लाख रुपये आणि डायरेक्शनचे पाच लाख रुपये मिळून सहा लाख रुपयांचं ॲग्रीमेंट होणार आहे. माझी वाट पाहू नकोस. डिस्कशनमध्ये बराच वेळ जाईल. नंतर मी एका नवीन हिरॉईनच्या शोधासाठी जाणार आहे. तिला मी तशी पाहून ठेवली आहे. तिला स्टोरीमधला तिचा रोल समजावून सांगावा लागेल. म्हणून रात्रीही तू तुझं जेवण उरकून घे. माझं रात्रीचं जेवण त्या नवीन हिरॉईनकडेच होईल. ती मला जेवल्याशिवाय सोडणार नाही. मी आता निघतो. तेवढे शंभर रुपये दे."

कमलकडून शंभर रुपये घेऊन राजेशकुमार निघाला. सलूनमध्ये जाऊन चकाचक दाढी केली. स्नो-पॉवडर लावून घेतली. "पैसे उद्या देतो," असं आश्वासन देऊन राजेशकुमार तिथून निघाला. तो माधुरी कुलकर्णीकडे गेला. माधुरी दिसायला छान असून वय फक्त वीस आहे.

''माधुरी, तू माझ्या बरोबर चल. तुझ्या फायद्याचं काही सांगायचं आहे.'' राजेशकुमार म्हणाला.

''काय सांगायचं ते इथंच सांग.'' माधुरी म्हणाली.

''ही बातमी बाहेर एवढ्यात फोडायची नाही. म्हणून बाहेर चल. आपण एका हॉटेलातल्या स्पेशल रूममध्ये बसू. देअर लेट अस् हॅव कोका कोला, मी तुला सगळी स्कीम समजावून सांगतो.''

''हे बघ राजेशकुमार, तुला काय सांगायचं ते इथंच सांग. आता घरात कुणीच नाही. काय सांगयचं ते लवकर सांग.'' माधुरी कुलकर्णी म्हणाली.

''तू म्हणजे माधुरी दीक्षित आणि सोनाली कुलकर्णी, सुकन्या कुलकर्णी, नीना कुलकर्णी आणि ममता कुलकर्णी यांचा मधुर संगम आहेस. तुला हिरॉईन करून मी एक सिनेमा काढणार आहे. पिक्चर असं हिट् जाईल की, या पहिल्याच पिक्चरनं तू नंबर वन् वर येशील. माधुरी दीक्षितच्या ऐवजी माधुरी कुलकर्णी नंबर वन् वर येईल.'' राजेशकुमार सांगत होता.

''मला सिनेमात काम करणं अजिबात आवडत नाही.'' माधुरीनं ऑफर झटकून टाकली.

''मी काय म्हणतो ते नीट ऐक. तू हिरॉईन होणार आहेस. पहिल्या पिक्चरलाच तुला दहा लाख रुपये मिळणार आहेत. त्या पिक्चरमध्ये हिरो मीच असणार आहे. मला पंधरा लाख रुपये मिळणार आहेत. दोघांचे पंचवीस लाख झाले. याशिवाय मला माझ्या स्टोरीबद्दल एक लाख रुपये आणि पिक्चरच्या डायरेक्शनबद्दल पाच लाख रुपये मिळणार आहेत. म्हणजे तुला आणि मला मिळून एकतीस लाख रुपये मिळतील.''

''हे बघ मला सिनेमात काम करायचं नाही.'' माधुरीने पुन्हा निक्षून सांगितलं.

''तुला थोडक्यात स्टोरी सांगतो.'' राजेशकुमार लोचटपणा पुढं रेटत म्हणाला, ''एका लग्नसमारंभात तुझी आणि माझी ओळख होते. दोघांचंही एकमेकावर लगेच प्रेम बसतं. आपण दोघे लग्न करायचं ठरवतो. पण तुझ्या घरची आणि माझ्या घरची माणसं लग्नाला विरोध करतात. मधेच तू मला एक गंभीर बातमी सांगतेस, ''राजेश, अपनी शादी फौरन होनाच मंगता है, क्यों की, मुझे दिन गया है. सुबहसे सूकी उलटिया होना शुरू हो गया है. मैं माँ बननेवाली हूँ। तुम मेरे साथ जल्दी शादी नही करे गा तो, आत्महत्या करने शिवाय मुझे गत्यंतरच नही. शादी के पहले 'वैसा कुछ' मत करो ऐसा बार बार बजावके कहा था. लेकिन तुमने मेरा सुना नही. उसका परिणाम, मुझे दिन गया है.''

राजेशकुमार म्हणजे मी तुला म्हणतो, ''माधुरी डरो मत! मै है ना तेरे

पाठीशी! होने-वाला बच्चा तेरा जैसा है वैसाच मेरा है. तुझे दिन गया है ना? जाने देव! कितना जाने का है उतना जाने देव. मै तेरा और बच्चे का सांभाळ करुंगा, बच्चो को लहान का मोठा करुंगा. तुम, मै और अपना बच्चा, तीनोंका सुखका संसार होगा.''

ही स्टोरी ऐकल्यावर माधुरी कुलकर्णी भयंकरच भडकली. ती म्हणाली, ''चालता हो. मवाली कुठला! लग्नाआधी तुझ्यापासून मला दिवस जाणार. बेशरम, हालकट, मवाली, चालता हो.''

''अग पिक्चरमधलं हे सगळं खोटं असतं.'' राजेशकुमार म्हणाला.

''पण तू, मी आणि डायलॉग तरी खरे आहेत ना? असला आचरटपणा, हलकटपणा, फाजीलपणा मला अजिबात आवडत नाही. चल चालता हो. नशीब तुझं-बाबा आता घरात नाहीत. ते असते तर, त्यांनी पायात बूट घालून तुला बुटांनी कचाकचा तुडवलं असतं- पाजी, मवाली! 'मुझे दिन गाया है, सुकी उलटिया होती है, मै मा बननेवाली हूँ काय?' चल चालता हो. नाही तर मीच चपलांनी बदडून काढीन. चपला तुटेपर्यंत तुला मारीन. हल्ली गल्ली हीरोंचा आणि मवाल्यांचा भारीच सुळसुळाट झाला आहे! चल फूट लौकर!''

खेटरं न खाताही खेटरं मारल्यासारखं थोबाड घेऊन राजेशकुमार घरी आला. इकडची स्वारी आजही धक्के आणि खेटरं खाऊन आलेली दिसते हे कमलनं सवयीमुळे लगेच ओळखलं. जित्याची खोड मेल्याशिवाय जात नाही हेच खरं. राजेशकुमार पुन्हा शेण खायच्या दौऱ्यावर निघाला. हा दौरा जवळचाच होता. शेजारच्याच चाळीत सौ. मालती मोने राहतात, नवरा नेहमी फिरतीवर असतो. आला म्हणजे दोन दिवस राहतो आणि पुन्हा आठ-दहा दिवस बाहेर असतो. मालती मोने राजेशकुमारला आवडू लागली. माधुरी कुलकर्णीचं अकाऊंट क्लोज केल्यावर मालती मोनेकडे नवीन खातं उघडलं. आपलं लग्न कमलबरोबर उगीचच झालं, आपण लग्नाची घाई केली नसती तर मालतीशी लग्न झालं असतं. असं त्याला एकतर्फी वाटत होतं. आपण मालतीला घेऊन एखाद्या मस्त हॉटेलात जाऊ, तिथंच तिच्याकडे पिक्चरचा विषय काढू. ती बिचारी नवरा बाहेरगावी गेल्यावर एकसारखी तळमळत असेल. पिक्चरमध्ये काम केलं तर तिलाही विरंगुळा मिळेल. ती होय म्हणाली तर तिच्याकडे लगेच घटस्फोटाचा आणि माझ्याशी लग्न करण्याचा प्रस्तावही तिच्यापुढं ठेवू.

स्वारी दौऱ्यावर निघाली. प्रथेप्रमाणे बायकोकडून शंभर रुपये घेतले. सौ. मालती मोने हिच्याकडे गेला. गेल्यावर मालतीनं विचारलं, ''तू पिक्चरमध्ये काम करण्याचं प्रपोजल घेऊन आला आहेस. बरोबर आहे ना माझा अंदाज?''

"शंभर टक्के बरोबर!" राजेशकुमार हुरळूनच गेला. ही आपल्या गळाला लागणार हे त्यानं लगेच ओळखलं.

"तू काढणार असलेल्या पिक्चरचं नाव काय?" मालती म्हणाली, "नाही तर थांब. एवढ्यात नाव सांगू नको. मी आधी चहा आणते. आपण चहा घेत घेतच बोलू या." असं म्हणून ती आत गेली. थोड्या वेळानं ती चहा घेऊन आली. चहा पिता पिता बोलणं सुरू झालं.

"हं, माझ्या पिक्चरचं नाव, 'हम दोनो पतिपत्नी' असं आहे." राजेशकुमार म्हणाला.

"अय्या! कित्ती कित्ती छान नाव आहे. एखाद्या पिक्चरमध्ये आपण हिरॉईनचं काम करावं असं माझं एक सुखस्वप्न आहे. राजेश माझं हे स्वप्न पुरं होईल का रे?" मालती म्हणाली.

"त्यासाठीच तर मी आलो आहे." राजेश म्हणाला. "तू हिरॉईन होण्याचं मान्य कर, लगेच तुझं दहा लाख रुपयांचं काँट्रॅक्ट साईन करून टाकू."

राजेश म्हणाला, "मालती, तू दिसायला इतकी सुंदर आहेस की, तुझा तो दौरेवाला नवरा अजिबात शोभत नाही."

"पण करायचं काय? नशिबात आहे ते स्वीकारलंच पाहिजे." मालती सुस्कारा टाकत म्हणाली, "मला मनातून नेहमी वाटते की, आपला नवरा फिल्म लाईनमधील असावा. आपण खूप पिक्चर्समधून कामं करावीत. जुहू इथं आपलाही एक बंगला असावा. तिथं फक्त माझा नवरा आणि मी. दोघंच राजा राणी असावं. पण असली स्वप्नं खरी होणं शक्य नाही."

"असं का म्हणतेस मालती? मी आहे ना!" राजेशकुमार म्हणाला, "मी तुला हिरॉईन करतो. जुहू इथं छान बंगला बांधून देतो."

"पण लाडका नवरा कुठून आणायचा?" मालतीनं प्रेमळ अडचण सांगितली.

"तुझी हरकत नसेल तर मी चालेल काय?" राजेशकुमारनं खडा टाकून बघितलं.

"राजेश तू कित्ती रे मनकवडा आहेस? माझ्या मनात आत्ता अगदी हेच आलं होतं. माझा नवरा अगदीच भुक्कड आहे. माझं लग्न त्याच्याशी होण्यात घाईच झाली. त्यावेळी तुझ्याशी गाठ पडली असती तर मी सुखी झाले असते. नवरा दौऱ्यावर गेला असता, रात्र रात्र मी तळमळत काढते."

"मालती, आपण दोघेही समदु:खी आहोत. मला तरी कुठं माझी बायको आवडते? पण तुझी गाठभेट व्हायच्या आधीच माझं तिच्याशी लग्न झालं आहे. मी सुद्धा नाईलाजानंच तिच्याबरोबर संसार करतोय."

“मालती आपण काय करू या, तू तुझ्या नवऱ्यापासून घटस्फोट घे आणि मी माझ्या बायकोपासून घटस्फोट घेतो. नंतर आपण लग्न करू आणि लगेच ‘हम दोनो पति-पत्नी’चं शूटिंग सुरू करू. मी हिरो आणि तू हिरॉईन! मालती तू एकदा का पडद्यावर दिसलीस की, माधुरी दीक्षितपासून, जूही चावला, मनीषा कोईराला, तबूपर्यंत सर्वांना छुट्टी मिळेल. म्हणून तू काय कर सर्वांत अगोदर तुझ्या त्या टिनपाट, भुक्कड, फडतुस, फालतू, दळभद्री, भिकार, दीडदमडीचा, कळकट, मळकट, बावळट, नेभळट, येडपट, भंपक, विक्षिप्त, गावंढळ, नालायक, खत्रूड, खुळा, भ्याड, चक्रम, बुळा, चिडका, खडूस, खवीस अशा नवऱ्यापासून घटस्फोट घे. मीही तुझ्या पाठोपाठ किंवा ॲट दि सेम टाईम, माझ्या टिनपाट, भुक्कड, फडतूस, फालतूपासून खडूस खवीसपर्यंत सर्व काही असलेल्या बायकोपासून घटस्फोट घेतो. लगेच दोघांचं शुभ मंगल सावधान!” राजेशकुमारनं सांगितलं.

“या या मंडळी माझ्या आणि राजेशकुमारच्या लग्नाला या. येताना आहेर अवश्य आणा. या या. तुमचं स्वागत करायला आम्ही उत्सुक आहोत. ढ्यांटंणांन् ढ्यां!” मालती म्हणाली. आणि, आतल्या खोलीतून मालतीचा नवरा आणि राजेशकुमारची बायको दोघेही समोर येऊन उभे राहिले. मालतीचा नवरा, परवाच कोल्हापुराहून आणलेली नवी कोरीकरकरीत चप्पल हातात घेऊन, ‘ये तुझ्या आयला’च्या कोल्हापुरी ढंगात उभा होता, तर राजेशकुमारची बायको, साडीचा ओचा आणि पदर खोचून, मालतीच्या घरात कालच आणलेला नवा कोरा झाडू (खराटा) घेऊन उभी होती.

“मी टिनपाट, भुक्कड, फडतूस वगैरे वगैरे बरंच काही आहे काय? तुझ्या बायकोपासून घटस्फोट घेऊन माझ्या बायकोबरोबर लग्न करून, ‘हम दोनो पतिपत्नी’ हा सिनेमा काढणार आहेस काय? बेशरम, बदमाष, बेवकूफ, बत्तमीज, बुददू बदनाम, बदफैली, बदकिस्मत, बदचश्म, बददिमाग, बदनीयत, बदहैसीयत, बदराह, बद जबान, बेअदब, बेकार, बेपर्वा, बेवफा, बेहिजाब, बेहैसियत...”

“पुरे! पुरे! पुरे! ‘ब’ ची बाराखडी पुरे!” राजेशकुमार कोल्हापुरी चपलेचा, एक ‘बे’ एक चप्पल या समप्रमाणात मार खात खात म्हणाला. त्याचवेळी राजेशकुमारची बायकोही, “निर्लज्ज, कुलकलंक, दुष्ट, दुर्वर्तनी, पापी, अपवित्र, चांडाळ, चारित्र्यहीन, निष्क्रिय, परस्त्रीसहवासेच्छू, स्वपत्नीप्रतारणापटू, असत्यभाषी, परस्त्रीपादत्राण प्रहार प्रवीण, पतिधर्मकलंक, ‘पतिदेवा’...”

“पुरे! पुरे!पुरे!” बायकोचा झाडूचा मार खात खात राजेशकुमार म्हणाला, “तुम्ही दोघांनी माझ्यावर उर्दू शब्दकोश, संस्कृत शब्दकोश, चपला आणि झाडू या चार जालीम वस्तूंचा मारा सुरू केला आहे, तो थांबवा. तुम्हा सर्वांची क्षमा मागतो.

पुन्हा असं कधीही करणार नाही. दुसऱ्यांच्या बायकांच्या भानगडीत अजिबात पडणार नाही. अगदी कानाला खडा!'' राजेशकुमार सर्वांची माफी मागून, बायकोबरोबर घरी आला. सर्व अंग मार खाऊन खाऊन ठणकत होतं. रात्री तसाच झोपला.

दुसऱ्या दिवशी पुन्हा राजेशकुमार नेहमीच्या स्टाईलीत तयार! नेहमीच्या मोहिमेवर निघाला. बायकोला म्हणाला, ''प्लीज शंभर रुपये दे. सौ. जयश्री दांडेकरांवर जरा ट्राय करून बघतो. ती हिरॉईन व्हायला अगदी फिट् आहे.''

बायकोनं कपाळावर हात मारून घेतला!

साडी बहाद्दर नवरा

भास्कर बेळगीकर हा नवऱ्याचा आणखी एक नमुना. याचंही लग्न झालेलं आहे. बायकोचं नाव सौ. यशोदा बेळगीकर आहे. दिसायला सुंदर आहे. पण आपली स्वत:ची बायको सुंदर असूनही 'देखणी बायको दुसऱ्यांची' ही खोड, अल्पसंख्य सभ्य नवरे अपवाद म्हणून सोडले तर असंख्य पुरुषांना असते. आपलं लग्न, बायको झालेल्या स्त्रीशी उगीच झालं असं वाटतं. अनेक पुरुषांची हीच हळहळ असते. भास्कर बेळगीकर त्याच लाईनमधला एक नवरा आहे. सतत दुसऱ्याच्या बायकोवर नजर. सभ्य माणसाने करू नये असं तुम्हा आम्हाला वाटतं, परंतु भास्कर बेळगीकर हा पार पोहोचलेला माणूस आहे. 'आप पर जया नाही' या कोटीतला आहे. ही आपली बायको, ही दुसऱ्याची बायको असा भेदभाव भास्कर बेळगीकर कधीच मानत नाही. सर्वांकडे एकाच म्हणजे पत्नीभावानं वागत असतो.

असा हा भास्कर बेळगीकर या प्राण्याविषयी सौ. मुकुल मंजुळे यांनी आपली कथा लिहिली आहे. सौ. मुकुल मंजुळे आपल्या कथेत म्हणतात.

''भास्कर बेळगीकर हा नवरा दुसऱ्या स्त्रियांच्या बाबतीत फार लोचट आहे. भास्करची बायको फारच सुंदर आहे. पण घरकामानं कोमेजून जाते. नवराही तिची नीट देखभाल ठेवत नाही. त्यामुळे ती फार सुंदर आहे हे डोळ्यात भरतच नाही. त्यातच यशोदा, भास्करला अजिबात आवडत नाही. आवडणार तरी कशी? बायको सोडून बाकीच्या बायका अतीव सुंदर आहेत; आपण लग्नाची उगीच घाई केली. जर आपण थांबलो असतो तर आपलं लग्न मनीषा कोईरालाबरोबर सहज झालं असतं. ती प्रेमळ आहे. नेपाळी नट्या भारीच प्रेमळ असतात. मालासिन्हासुद्धा किती प्रेमळ होती! पण आता वाटून काय उपयोग? यशोदा एके यशोदा असंच आयुष्य काढावं लागणार.

ठीक आहे. मनीषा कोईराला तूर्त तरी मिळत नाही. ती माधुरी दीक्षितला मागं टाकून नंबर वनवर येण्याच्या खटपटीत आहे. आपणही थोडे दिवस थांबावं असा भास्कर बेळगीकरांनी विचार केला. उलट मनीषा नंबर वन वर आली की,

त्याच वेळी तिचं अभिनंदन करायला जायचं आणि बोलण्याच्या ओघात, लग्नाचा विषय काढायचा. आपलं व्यक्तिमत्त्व बघून मनीषा लगेच लग्नाला होय म्हणेल. एकदा तिच्याबरोबर लग्न झालं की, आम्ही दोघेही सुखी होऊ. ती सिनेमात काम करून लाखो रुपये आणत जाईल. आणि मी फक्त नोटा मोजत बसून सगळे पैसे बरोबर आहेत की नाही हे तपासून बघत जाईन. भास्कर बेळगीकर असे काल्पनिक सुखस्वप्न रंगवत असे.

मनीषा कोईलाबरोबर लग्न व्हायचं तेव्हा होईल. तूर्त दुसरा पर्याय तरी शोधला पाहिजे. यावर विचार करता त्याला एक निराळी आयडिया सुचली. आपण साड्या, ब्लाऊपीस वगैरे वस्तू घरोघर जाऊन विकण्याचं नाटक करायचं. नाटक एवढ्यासाठीच की, यशोदाला वाटावं मी आता काहीतरी काम-धंद्याला लागलो आहे. भास्करनं एक तरुण सुंदर मुलगी हेरून ठेवली होती. तिला साड्या वगैरे देत राहायचं. असं करत करत तिच्याकडे लग्नाचा विषय काढायचा. तोपर्यंत नेहमी जाण्यामुळे आम्हा दोघांचं प्रेमही शुक्लपक्षातील चंद्राप्रमाणे वाढायला लागेल. भास्कर असं मनोराज्य करत होता.

भास्कर यशोदाला म्हणाला, ''हे बघ यशोदा, मी आता काहीतरी चार पैसे मिळवायचा विचार केला आहे. पण भांडवल तू पुरवलं पाहिजेस. तू वडिलांकडून पैसे आण, धंद्यात जम बसला की, सगळे पैसे परत करीन. गोड बोलून आपला माल कसा खपवावा हे मला चांगलं जमतं. तू दहा हजार रुपयांचं काम तेवढं कर. तुझे वडील हे काम नक्की करतील. त्यांना असं वाटेल की आपला जावई इतके दिवस बेकार होता; आता मार्गाला लागतोय. या आनंदाने नक्की ते दहा हजार रुपये देतील. एखादा हजार जास्तच देतील. त्यांनाही आपली मुलगी सुखात असावी असं वाटणारच की!''

हे लांबलचक भाषण ऐकूनही यशोदावर तसा काहीही फारसा परिणाम झाला नाही. भास्कर हे रत्न काय चीज आहे हे तिनं लग्नानंतर अवघ्या एका महिन्यातच ओळखलं होतं. तरीपण वडलांकडून पैसे आणून द्यायचं ठरवलं. कारण असले बेकार नवरे बायकोला पैशासाठी नाही नाही त्या प्रकारे छळत असतात हे तिला माहीत होतं.

यशोदानं वडिलांकडून दहा हजार रुपये आणून ते भास्करला दिले. यशोदानं स्वतःचा एक रुपयाही दिला नाही. ती नोकरी करीत होती. तिला घर चालवायचं होतं. कसला व्यवसाय करणार हेही तिने भास्करला विचारलं नाही. दहा हजारांवर पाणी सोडून कृष्णार्पणमस्तु असं म्हणूनच तिनं भास्करला दहा हजार रुपये दिले होते. आज किती रुपयांचा धंदा केला, कसल्या वस्तू विकल्या वगैरे काहीही तिनं

भास्करला विचारलं नाही. विचारलं तर खरं सांगेल यांची खात्री नव्हती म्हणून ती गप्पच होती.

भास्करची एकदा सोनाली सानेशी ओळख झाली होती. लोचटपणा या अंगभूत गुणामुळे ती ओळख भास्करनं वाढविली होती. फिल्मलाईनमध्ये आपल्या खूप ओळखी आहेत. अमिताभ बच्चनपासून ते थेट सलमानखान, आमिरखान, संजय खानपर्यंत सर्व खान मंडळी आपल्या चांगल्या ओळखीची आहेत. अजय देवगण आणि अक्षयकुमार तर अनुक्रमे आपल्या पँटच्या डाव्या आणि उजव्या खिशात आहेत असं त्यानं सोनाली सानेला सांगितलं होतं.

''अय्या! खरचं! कमालच आहे तुमची!'' असं सोनाली भास्करला म्हणाली, ''तुमच्या पँटचे खिसे कित्ती कित्ती कित्ती मोठे आहेत हो? मला तर पँटचे मोठे खिसे तर फारच आवडतात. काय हो बेळगीकर, तुमच्या खिशात अजय देवगण आणि अक्षयकुमार नसतात तेव्हा खिशात कोण कोण असतात हो?''

''कुणीही असतं.'' भास्कर म्हणाला, ''कधी कधी आयेशा जुल्का असते, कधी कधी ऊर्मिला मातोंडकर असते. कधी कधी मनीषा कोईराला असते तर कधी शिल्पा शेट्टी असते. त्यांच्या शूटिंगच्या वेळांवर अवलंबून असतं.''

''अय्या तुम्ही किती लकी आहात हो! एवढी मोठमोठी माणसं तुमच्या खिशात असतात.'' सोनाली साने म्हणाली.

''सोनाली, मी तुलाही एक दिवस हिरॉईन करणार आहे.'' असं म्हणून भास्करनं एक साडी आणि मॅचिंग ब्लाउज पीस दिला.

''भास्कर तुम्ही कित्ती कित्ती चांगले आहात हो! मला तुम्ही हिरॉईन काय करणार आहात, छान छान साडी काय देता? इतकं का तुमचं माझ्यावर प्रेम बसलं आहे? एका माणसाला मी इतकी का आवडली आहे?'' सोनाली भास्करला म्हणाली.

आपला उल्लेख, 'एका माणसाला' अशा लाडिक शब्दात हे ऐकून तर दोन्ही कानांना सुखद गुदगुल्या झाल्या. यापूर्वीचे सगळे अंदाज चुकले. पण सोनाली साने नक्की मिळणर. कारण ती स्वत: होऊनच अधिकाधिक जवळीक दाखविते. मेरिलिन मन्रो काय, मीनल काय, मालती काय सगळ्या लबाड निघाल्या. मालतीनं प्रेम करायचं नाटक करून, नवऱ्याकडून बदडून काढलं. 'म' अक्षर आपल्याला धार्जिणं दिसत नाही, असा निष्कर्ष वरील तिन्ही नावांवरून भास्करनं काढला. बरं झालं सोनाली सानेच्या नावात 'म' हे अक्षर अजिबात नाही. 'म' कार देतो नकार, असा त्याला अनुभव आला होता.

''सोनाली, तू ही साडी नेस.'' भास्कर म्हणाला.

सगळे नवरे सारखेच / ३५

"आताच नाही." सोनाली म्हणाली, "तुम्ही मला सिनेमात हिरॉईन करणार आहोत ना, त्या वेळी मुहूर्ताचा जो शॉट असतो ना, त्यावेळी ही साडी नेसून आणि या कापडाचा ब्लाऊज घालून मी कॅमेऱ्यापुढे उभी राहणार आहे. पण तुम्हीही त्यावेळी हिरो म्हणून तिथं असलं पाहिजे. मुहूर्ताच्या शॉटला तुम्ही पाहिजेच."

"मी तर असणारच आहे." भास्कर प्रेमाची लाळ गाळत म्हणाला.

"आपल्या दोघांवरचं पिक्चर एकदम हिट् जाईल नाही?" सोनालीनं गोड स्मित करत विचारलं, पण सिनेमामध्ये प्रत्येक सीनला निरनिराळी साडी असते. मी सिनेमाभर एकच साडी नेसले तर लोकांच्या लक्षात येईल ना!"

"तू म्हणतेस ते खरं आहे." भास्कर म्हणाला, "मी यापुढं तुझ्याकडे जेव्हा जेव्हा येईन तेव्हा तेव्हा तुझ्यासाठी एकेक भारी साडी आणि ब्लाऊज पीस आणत जाईन." भास्कर म्हणाला.

"नुसत्या साड्याच वाटतं?" सोनाली गाल फुगवून लाडिकपणे म्हणाली, सिनेमात आपल्या दोघांच्या लग्नाचा सीन असेल तेव्हा मी काय साडी नेसून बोहल्यावर उभी राहू? तुम्ही एक शालूही आणून ठेवा ना! लालचुटुक रंगाचा वेडिंग शालू! आणि मॅचिंग होणारा भारी ब्लाऊज पीस."

"सोनाली तू किती हुशार आहेस गं!" भास्कर म्हणाला, 'लग्नाच्या शालूची तुला आत्तापासून आठवण होत आहे. मी शालूपण आणीन हं."

भास्कर बेळगीकराचं सोनाली सानेकडे येणं जाणं वाढलं. येताना प्रत्येक खेपेला तो एक साडी आणि एक ब्लाऊज पीस घेऊन येत होता. भास्करने मनातल्या मनात एकंदर किती साड्या दिल्या, एकंदर किती पैसे खर्च झाले, याचा हिशेब केला. एकूण आठ हजार रुपये खर्च झाले होते. म्हणजेच दोन हजार रुपये शिल्लक होते. या दोन हजार रुपयांचा शालू आणण्याचं ठरवलं. त्याप्रमाणे भास्करने शालू आणला. शालूचा विस्तारित भाग म्हणजेच ब्लाऊज पीस असतो. त्यामुळे निराळा ब्लाऊज पीस घ्यावा लागला नाही. भास्करला उगीचच त्याचा माफक आनंद झाला.

भास्करनं सोनालील शालू दिला तेव्हा तो शालू हातात घेऊन सोनाली अक्षरश: आनंदानं नाचली. नाचता नाचता, "मेरे भास्करने मेरी बात मान ली" असं फिल्मी ढंगाचं गाणं म्हटलं.

"तुम्ही इतक्या सुंदर सुंदर साड्या कोणत्या दुकानातून आणता?" सोनालीने कौतुकानं विचारलं.

"साड्या ना? मनपसंत साडी भांडारातून आणतो." भास्करनं सांगितले.

"या भागात इतकं चांगलं दुकान आहे याचा मला पत्ताही नव्हता." सोनाली

गोड आश्चर्य व्यक्त करत म्हणाली, "आपला सिनेमा तयार होणार. पहिला तो मुहूर्ताचा सीन कोणता असेल हो?"

"एक सुंदर बाग आहे. त्या बागेत आपण द्वंद्वगीत गात गात हिंडत आहोत, गवतावर लोळत आहोत. लोळता लोळता तू माझ्या अंगावर असतेस. लगेच याच्या उलट. पुन्हा उलटच्या सुलट, पुन्हा उलटच्या उलटच्या उलट गडबडा लोळणं चालू आहे."

"अय्या! खूप मज्जा येईल नाही, या सीनच्या वेळी! मुहूर्ताचा सीन छान निवडलाय हं." सोनाली खूश होऊन म्हणाली.

"बरं आहे मी निघतो." भास्कर म्हणाला, "मला पिक्चरचे सगळे डायलॉग पूर्ण करायचे आहेत. गाण्यांच्या सिच्युएशन ठरवून त्याप्रमाणे गाणी लिहायची आहेत. खूप कामं आहेत." भास्कर म्हणाला.

"पुन्हा कधी येणार?" सोनालीनं आतुरतेनं विचारलं.

"तूच सांग. तू सांगशील त्यादिवशी मी हजर आहे."

"मग या रविवारी ये ना. मलाही सुट्टी असते. खूप खूप बोलता येईल." सोनाली म्हणाली.

"ठीक आहे. मी रविवारी संध्याकाळी पाच वाजता येतो." भास्कर म्हणाला.

"तुला खायला काय करून ठेवू?" सोनालीनं विचारलं, बटाटे पोहे करू का? वरती नारळाचा चव, कोथिंबीर वगैरे घालून!"

"तू काहीही कर गं. तुझ्या कोणत्याही पदार्थाला अमृताची गोडी असते." भास्कर सर्टिफिकेट देत म्हणाला.

भास्कर घरी गेला. घरी गेल्यावर रविवार कधी येतो असं त्याला झालं. एकदाचा रविवार आला. दुपारचे चारही वाजून गेले. भास्कर खुशीत होता. कारण तो तिला असं सांगणार होता की, मुहूर्ताच्या शॉटचं ते गडबडा एकमेकांच्या अंगावरून लोळत जाणं आहे ना, त्याची रिहर्सल करू या आणि मग बटाटे पोहे खाऊ या, त्यामुळे भास्कर अधिक खुशीत होता.

बरोबर पाच वाजता भास्कर, सोनालीच्या घरात पोहोचला.

"मी तुमची चातकासारखी केव्हाची वाट बघतेय." सोनाली लटक्या विरहाने म्हणाली.

"वाट कशाला पाहायची? पाच वाजता येतो म्हणालो होतो, त्याप्रमाणे आलो." भास्कर म्हणाला, "बरं का, सोनाली, बटाटे पोहे खाण्यापूर्वी आपण मुहूर्ताच्या शॉटची इथं रिहर्सल करू या. तेवढीच प्रक्टिस होईल. कशी आहे आयडिया?"

“तुम्हाला कित्ती कित्ती छान आयडिया सुचतात हो!” सोनाली लाडक्या आवाजात म्हणाली, “आधी तुम्ही एकटे थोडावेळ लोळण्याची प्रक्टिस करा. मी आतलं आवरून पाच मिनिटांत येते.”

भास्कर एकटाच गडबडा लोळू लागला. एवढ्यात सोनाली बाहेर आली. तिनं हातात एक मोठा हातरुमाल आणला होता. ती भास्करला म्हणाली, “मी या हातरुमालानं तुमचे डोळे बांधते. तुम्ही या खुर्चीवर बसा. मी हाक मारते. आवाजाच्या दिशेने तुम्ही माझ्याकडे यायचं.” सोनालीने भास्करचे डोळे बांधले. “बसा हं मी आलेच” असं म्हणून ती आत गेली.

“एक मिनिट डोळे उघडा” सोनाली म्हणाली.

भास्करनं डोळ्यावरचा हातरुमाल काढला. आणि काय सांगावं? समोर साक्षात त्याची बायको सौ. यशोदा उभी होती. आणखी एक प्रौढ गृहस्थ उभे होते. त्यांच्या बाजूलाच एक बॅग होती.

“भास्कर, मी या दोघांची ओळख करून देते.” सोनाली म्हणाली, “ही माझी मैत्रीण यशोदा आणि हे माझे मामा, ‘मनपसंत साडी भांडारा’चे मालक. तुम्ही मला दिलेल्या सगळ्या साड्या आणि शालू तुम्ही माझ्या मामांच्या दुकानातून खरेदी केल्या होत्या. या सगळ्या साड्या होत्या तशाच आहेत. एकाही साडीची घडी मोडली नाही. शालूही होता तसाच आहे.” सोनाली सांगत होती, “त्या सर्व या बॅगेत आहेत व मामा त्या सर्व दुकानात परत नेणार आहेत. मामा, भास्करनं वेळोवेळी खरेदीच्या वेळी दिलेले दहा हजार रुपये यशोदाला दे. ती ते पैसे वडिलांकडे पाठवील.”

मामानं दहा हजार रुपये यशोदाला दिले. साड्यांची बॅग हातात घेतली आणि जाता जाता मामा भास्करला म्हणाला, “भास्करराव, सोन्यासारखी बायको सोडून हे असले नस्ते धंदे सोडून द्या.”

सोनाली म्हणाली, “भास्कर, तुम्ही माझी मैत्रीण यशोदा हिचा नवरा आहात हे माहीत होतं. म्हणूनच मी तुम्हाला फसविण्यासाठी मुद्दाम प्रेमाचं नाटक केलं होतं. भास्कर तुम्हीच एकटे नाहीत. कितीतरी पुरुषांना घरात सोन्यासारखी बायको असतांना नेहमी दुसऱ्याची बायको देखणी वाटत असते आणि तिच्या भोवती फिरत राहतात. तात्पर्य काय, नवरा हा प्राणी परस्त्रीप्रेमी असतो. या बाबतीत मात्र सगळे नवरे सारखेच!

****

.३.

माझे निवडक गाळीव बावळटपणे

किंचित व्याकरण : आंबा-अनेकवचन-आंबे, घोडा-अनेकवचन-घोडे याच चालीवर बावळटपणा अनेकवचन-बावळटपणे. भाववाचक नामांचेही अनेकवचन मीच प्रथम करून दाखवलं. एवढं व्याकरण पुरे.

मी लहानपणापासून आतापर्यंत हुषार म्हणून प्रसिद्ध आहे आणि तितकाच बावळट आहे. फरक एवढाच की, बावळटपणा अप्रसिद्ध आहे. अजूनही माझा बावळटपणा उफाळून वर येत असतो. अगदी हल्लीची गोष्ट. विक्रेता सांगेल तेवढे पैसे देऊन मी वस्तू विकत घेत असे. बायको मला म्हणाली, "आपण घासाघीस करावी, थोडं कमी करा, असं म्हणावं." मी तिचं म्हणणं लक्षात ठेवलं. बाजारात केळीवाल्याला म्हणालो, "केळी कशी डझन दिली?" "सहा रुपये डझन," विक्रेता मला म्हणाला. मग कमी करण्याविषयी मी बोलायचं असं लक्षात आल्यावर विक्रेत्याला म्हणालो, "काही कमी करा ना." तेव्हा विक्रेता म्हणाला, "ठीक आहे, तुमच्यासाठी दोन कमी करतो, मग तर झालं? पिशवी इकडे करा." मी त्याच्यापुढे पिशवी धरली. त्यानं पिशवीत केळी घातली. मी पैसे दिले. घरी उत्साहाने आलो. बायकोला म्हणालो, "मी केळीवाल्याला, नुस्तं काही कमी करा ना, असं म्हटल्याबरोबर तो ताबडतोब दोन कमी करतो म्हणाला." मला पहिल्या खेपेलाच छान घासाघीस करता आली याचं, माझं मीच कौतुक करुन घेतलं. बायकोनं पिशवीतून केळी काढली. डझन नव्हती- फक्त दहाच होती. काही कमी करा ना, असं म्हटल्यावर, त्यानं दोन केळी कमी केली होती, पैसे कमी केले नव्हते. आपल्या नवरा अजूनही आहे तसाच अप्रतिम बावळट आहे, हे बायकोच्या पाचशेव्यांदा लक्षात आलं.

लहानपणी मी भरपूर हुषार, पुस्तकं वाचणारा, वगैरे होतो. तसंच बावळटसुद्धा. लहानपणी मुंज झाल्यावर सोवळं-ओवळं हे लचांड मागं लागलं. एका रात्री मी चुकून ओवळ्यानं जेवलो. नंतर लक्षात आल्यावर मी घाबरलो. पाप नक्की लागलं. पाप लागलं की 'नंतर' ताबडतोब नरकात रवानगी होते, हे त्या वयाला न शोभणारं ज्ञान मला होतं. लहान वयामुळे, नरकात एकटं एकटं वाटणार नाही, अगोदर गेलेले नातेवाईक तिथं भेटतील, स्वगृहीच असल्यासारखं वाटेल याची कल्पना नव्हती. एकतर नरक एकवीस आहेत हे अफलातून ज्ञान मला त्या वयात होतं. वाचन दांडगं ना? अमुक पाप केलं असता रौरव नरकात टाकतात, तमुक पापं केलं असता कुंभापाक नरकात पाठवतात, असलं पाप केलं तर असिपत्रवन नरकात रवानगी होते, याप्रमाणे एकवीस नरक आणि एकवीस पापं त्या बालवयातही मला माहीत होती. त्यात ओवळ्यानं जेवलेल्या बद्दलच्या पापाबद्दल मला कोणत्या नरकात पाठवतात, हे बघत असता असं दिसून आलं की, कोणत्याच नरकात याची सोय नाही. ओवळ्यानं जेवणाऱ्याची संख्या अफाट झाली होती. म्हणून चित्रगुप्ताला ओवळ्यानं हजारो लोकांना ठेवायचं कुठे असा प्रश्न पडल्यामुळे परमेश्वरानंच ओवळेपणा आणि त्याबद्दलची शिक्षा काढून टाकल्यामुळे मी आपोआपच पापमुक्त झालो.

मी किती बावळट असावा याचं मलाच आश्चर्य वाटतं. लहानपणी माझं सूर्याबद्दलही घोर अज्ञान होतं. मी पंढरपूरचा. आमचं घर गावाच्या कडेला होतं. चंद्रभागा जवळच होती. नदीपलीकडून दररोज सकाळी सूर्य उगवताना मला स्पष्ट दिसत असे. संध्याकाळी मावळतानाही स्पष्ट दिसत असे. मी सुमारे सहा एक वर्षांचा असेन. पंढरपूरच्या लोकांच्या सोयीसाठी पांडुरंगानं सूर्याला सांगितलं असावं की, तू दररोज इथल्या लोकांना उजेड देत जा. सूर्य आणि त्याचा प्रकाश पंढरपूरपुरताच मर्यादित आहे अशी माझी ठाम समजूत होती. एकदा काय झालं, नात्यामधल्या एका लग्नासाठी आगगाडीनं बाहेरगावी जायचं होतं. पहाटे निघालेली गाडी सूर्योदयाच्या सुमारास कुर्डूवाडी स्टेशनला आली. त्या स्टेशनात गाडी खूप वेळ थांबते. म्हणून बाहेर फ्लॅटफार्मवर सर्वांप्रमाणेच आम्हीही उभे होतो. एवढ्यात काय झालं माहीत आहे काय, लांबून सूर्य उगवून तो हळूहळू वर येत आहे, असं दृश्य मी पाहिलं. मी आश्चर्यचकित झालो. पंढरपूरचा सूर्य इथं कुर्डूवाडीत कसा काय आला, याचं मला आश्चर्य वाटलं. मी बघतच राहिलो. तिकडे पंढरपुरात गडद अंधार असणार. घरच्या, बाकीच्या आणि गावातल्या लोकांचं कसं काय होणार. या भीतीनं मी त्या बालवयात व्याकूळ झालो.

मी वडिलांना विचारलं, "दादा (वडिलांना आम्ही दादा म्हणत असू) रोज पंढरपुरात उगवणारा आणि मावळणारा सूर्य इकडे कसा काय आला? पंढरपुरात

अंधार गुडूप झाला असणार. लोकांची डोकी भिंतीवर आपटणार, वाळवंटच आहे असं समजून माणसं चंद्रभागेत बुडून वाहत जातील. घरात भुतं घुसतील. सूर्य इकडे कशाला आला?'' तेव्हा वडील मला म्हणाले, ''त्याचं काय आहे विनू (या बावळट मुलाचं नाव), तुला आणि आपल्या सर्वांना नेहमी सूर्याच्या उजेडात राहायची सवय आहे. बाहेर सगळीकडे अंधार असतो. अंधारात माणसं आगगाडीखाली पडतील, आपणच कोण कुठं आहोत हे दिसणार नाही. हे सर्व लक्षात आल्यावर विटेवरच्या आपल्या पांडुरंगानं सूर्याला सांगितलं की, विनू आणि त्याच्या घरातील माणसं आता कुर्डूवाडी नावाच्या गावात आगगाडीपाशी आहेत. ताबडतोब तिकडे जाऊन पंढरपुराप्रमाणे कुर्डूवाडीच्या पूर्वेला उगव.''

मी लगेच विचारलं, ''पण कुर्डूवाडीची पूर्व, सूर्याला कशी सापडणार?''

''अरे,'' वडील म्हणाले, ''सूर्य इकडे आल्यावर, त्यानं कुर्डूवाडीतल्या कुणाला तरी विचारलं, इथली पूर्व कुठं आहे, मला त्या दिशेला उगवायचं आहे. त्या माणसानं पूर्व कुठे आहे हे दाखविल्यावर, सूर्य तिकडे गेला आणि हळूहळू उगवू लागला. बघ तिकडे पंढरपुरातल्याप्रमाणेच सूर्य वर वर येत आहे. वडिलांनी, सूर्य कुर्डूवाडीला का आला हे 'तर्कशुद्ध' पटवून दिल्यावर माझी 'योग्य प्रकारे' समजूत पटली. रेल्वेचे दोन रूळ सदैव समांतर जात असतात. माझ्या बाबतीत हे असंच आहे. बौद्धिक हुषारी आणि बावळटपणा असचं आयुष्यभर समांतर चालत आले आहेत. परमेश्वरानं मला असं चमत्कारिकरित्या का घडवलं याचं सतत आश्चर्य वाटतं.

श्रीक्षेत्र पंढरपुरातलाच आणखी एक हुषारी अधिष्ठित बावळटपणा. आमचेच एक नातेवाईक विष्णुपंत या नावाचे होते . त्याकाळात व्ह. फा. (म्हणजे व्हर्नाक्युलर फायनल) म्हणजे मराठी सातवी पास असणं म्हणजे एम.ए.च्या तोलामोलाचं होतं. व्ह. फा. पास वर मुलींच्या बापांचा डोळा असे. आमचे विष्णुपंत मात्र तिथवर पोहोचले नाही. पण व्ह. फा. झाले नाहीत. अशा मंडळींना व्यापार - पेढेत निरनिराळ्या व्यापाऱ्यांकडून कारकून म्हणून नोकरी मिळत असे. विष्णुपंत - वय साधारण ३०-३५ दरम्यान - अशाच एका व्यापाऱ्याकडे कारकून म्हणून काम करतात, हे मला माहीत होतं. मी त्या वेळी चौथीत असेन. विष्णुपंतांबरोबर रस्त्यानं चाललो असता, विष्णुपंतांना त्यांच्या ओळखीचे एक गृहस्थ बऱ्याच दिवसांनी भेटले होते (वाटतं.) त्यांनी विष्णुपंतांना विचारालं, ''काय पंत हल्ली कुठं असता?'' तेव्हा विष्णुपंत म्हणाले, ''नव्या पेठेत एका व्यापाऱ्याकडे क्लार्क म्हणून काम करतो.'' नंतर थोडसं बोलणं झाल्यावर ते गृहस्थ गेले. विष्णुपंत आणि मी चालत पुढं निघालो. इतका वेळ तोंडात दबा धरून बसलेला माझा बावळटपणा चटकन

बाहेर आला. मी विष्णुपंतांना विचारले, ''पंत, तुम्ही इतके साधे कारकून होता, क्लार्क कधीपासून झालात ?''

विष्णुपतांच्या लगेल लक्षात आलं. हे विनू बाळ बऱ्यापैकी बावळट आहे. ते लक्षात घेऊन ते मला म्हणाले, ''तू म्हणतोस ते बरोबर आहे. गेल्या डिसेंबर पर्यंत मी साधा कारकून होतो. परंतु कामातली माझी हुषारी पाहून वटंवार शेठ माझ्यावर खूश झाले आणि मला म्हणाले, पंत, तुम्ही फार चांगलं काम करता म्हणून एक जानेवारीपासून कारकुनाच्या ज्यागेवरून क्लार्कच्या जागेवर प्रमोशन देतो.''

''प्रमोशन म्हणजे काय?'' मी विचारलं.

''वरच्या जागेवर ठेवलं की त्याला प्रमोशन म्हणतात.'' विष्णुपंतांनी तुटपुंजा खुलासा केला. ते पुढं म्हणाले, ''म्हणून मी कारकुनाचा क्लार्क झालो आहे.''

काही काळानंतर योगायोगानं पुन्हा विष्णुपंतांबरोबर चाललो होतो. पंत दुसरीकडे कुठल्या तरी खाजगी ऑफिसात नोकरीला लागले होते. रस्त्यात पुन्हा कुणीतरी भेटले. ''हल्ली कुठं असता पंत?'' तेव्हा पंत म्हणाले, ''एका ऑफिसात लागलो आहे. तिथं ज्युनिअर क्लार्क आहे.'' पुढं गेल्यावर मी विष्णुपंताना विचारलं. ''पूर्वी तुम्ही नुस्तेच क्लार्क होता, एकदम ज्युनिअर क्लार्क कसे काय झालात?'' पंत म्हणाले, ''नोकरीला लागताना त्यांनी मला काही प्रश्न विचारले आणि मी सर्व प्रश्नांची उत्तरं बरोबर दिली. म्हणून त्यांनी माझी डायरेक्टर ज्युनिअर क्लार्क म्हणूनच नेमणूक केली. गेल्या सहा महिन्यांमधलं माझं काम पाहून नवीन मालक म्हणाले, ''दिवाळीपासून मी तुम्हाला प्रमोशन देणार आहे. ज्युनिअर क्लार्क या पदावरून, लोअर डिव्हिजन क्लार्क, या हुद्यावर तुमची डायरेक्टर नेमणूक करणार आहे. मी तुमच्या कामावर खूश आहे.'' मलाही बरं वाटलं, इति कारकून-क्लार्क-ज्युनिअर क्लार्क– लोअर डिव्हिजन क्लार्क-जन्य बावळटपणा.

मधले काही बावळटपणे वगळतो. तसा मी लहानच असताना मुंबईस आलो. साधारण सतरा वर्षांचा असेन. एवढ्या मोठ्या मुंबईत मला एकटंएकटं वाटू नये म्हणून माझा परममित्र बावळटपणाही माझ्याबरोबर आला होता. त्या काळात मी मिरजेला काही वर्षं होतो. तिथून नोकरीसाठी मुंबईत आलो होतो. ज्या दादासाहेबांनी मला मुंबईत आणलं होतं, ते मला गाडीतून उतरवून घेण्यासाठी दादर स्टेशनवर गेले होते. जानेवारीत सकाळी साडेपाच-सहालाही चांगला अंधार असतो.

त्याच्या आधी एक उपकिस्सा घडला. आगगाडीच्या त्या डब्यात शहाण्या माणसांपेक्षा गाववाले शहाणेच अधिक होते. मुंबई जसजशी जवळ येत चालली तसं एकजण म्हणाला, ''आता आधी दादर येईल, दादर गेलं कुर्ला आणि नंतर

बोरीबंदर, शेवटी भायखळा.'' झालं! दुसरा गाववाला म्हणाला, ''दादरनंतर कुर्लाबरोबर आहे पण बोरीबंदरनंतर भायखळा चूक आहे.'' मी गांगरुन गेलो. शेवटी मी विचार केला आपण दाराशी जाऊन उभा राहावं. यांच्या म्हणण्याप्रमाणे दादर आधी येणार आहे. गाडी स्टेशनात थांबली. कुर्लानामक 'दादर'ला मी उतरणार, एवढ्यात, पिवळ्या लांबलचक प्रचंड पाटीवर 'कुर्ला' असं इंग्लिश आणि मराठी लिपीत लिहिलं होतं. मग मी तिथंच गाडीत उभा राहिलो. शेजारच्या माणसाला विचारलं, ''पुढचं स्टेशन दादरच नक्की ना?'' तेव्हा त्या जाणकार माणसानं सांगितलं आणि मला विचारलं, ''तुम्हाला कोणत्या दादरला जायचं? जी.आय.पी. दादर की, बी.बी.सी.आय.दादर?'' आयला! पुन्हा गोची झाली. एकाच दादरचा पत्ता नाही आणि यानं दोन दोन दादर कुठून काढले? मी मनात म्हटलं, आपल्याला जी.आय.पी. (आताची सेंट्रल) रेल्वेनं आणून सोडलं तर उसके शिवाय जाना कहाँ असे मनात ठरवलं आणि खरोखरचं जी.आय.पी. रेल्वेचं दादर आल्यावर मी उतरलो. बाहेर आलो.

मिरजेहून निघताना अनेकांनी मला सावध राहण्याच्या पाच पन्नास सूचना दिल्या होत्या. मुंबईतले चोर, बदमाष, गुंडसुद्धा सुटाबुटात असतात, बदमाष माणसं स्वत: होऊन मदत करण्याचं नाटक करतात, काही गुंड माणसं विकून परदेशामध्ये पाठवतात. त्यामुळे मी घाबरलो होतो. पहाटेचे पाच वाजले होते. सूर्योदयाला सुमारे दीड दोन तास अवकाश होता. एक मरतुकडा पोरगा पुढं आला आणि म्हणाला, ''हमाल पाहिजे काय?'' मी मनात म्हटलं, बरं झालं लहान पोरगंच हमाल म्हणून मिळालं. माझ्याकडची बॅग त्याच्या डोक्यावर ठेवून मी म्हणालो, ''माटुंगा चल.''

''कोणता माटुंगा? जी.आय.पी.की बी.बी.?''

''च्या मारी ही कसली नस्ती भानगड आहे?'' दादर दोन, माटुंगा दोन, थोडा वेळानं आणखी कुणी तरी विचारील, नुस्तं हिंदुस्थान, हिंदुस्थान काय म्हणता? जी.आय.पी. हिंदुस्थान की बी.बी.सी.आय.हिंदुस्थान? काहीतरी सांगायचं म्हणून मी म्हणालो, ''जी.आय.पी.माटुंगा.''

मग मी आणि तो पोरगा दोघांनी संयुक्तपणे संपूर्ण जी.आय.पी. माटुंगा तुडवून काढल्यावर एकदाचं, दादासाहेबाचं घर सापडलं.

घरात दादासाहेबांच्या वृद्ध आणि कर्णबधीर आजी फक्त होत्या. त्या मला म्हणाल्या, ''दादासाहेब तुला आणायलाच दादर स्टेशनवर गेले आहेत. बैस. येतील आता.'' यावरून मी योग्य माटुंग्याला योग्य जी.आय.पी. दादासाहेबाच्या घरात येऊन दाखल झालो होतो.

पुढची महान चित्तधडाडक कथा. रोजच्या सवयीप्रमाणे (उभी दोन बोटं) तिकडे जाण्याची भावना झाली. आजीनं 'ते स्थान' दाखवलं त्याच वेळी, आधी चार सहा वेळा ऐकलेली एक गोष्ट मला आठवली. सरळ बाळबोध शब्दांत सांगायचं तर, मुंबईतल्या संडासात एक लोंबकळणारी साखळी असते. ती खाली ओढली की, पाणी येतं आणि संडास साफ होतो. तिथं तसली साखळी होती. बाहेर येण्यापूर्वी मी ती साखळी ओढली आणि-आणि मी प्रचंड घाबरलो. धडपडत दार उघडलं. नायगरा धबधब्यातून धो-धो-धो पाणी पडावं, तसल्या पद्धतीनं जोरदार आवाज करत, जबरदस्त फोर्समध्ये पाणी पडू लागलं. भलतीच साखळी ओढली अशा भीतीनं छाती धडधडू लागली. शरीर लटलट कापू लागलं. इथं येऊन पंधरा मिनिटं झाली नाहीत तोवर मी जलप्रलय करून ठेवला. घरात बहिऱ्या आजी, दादासाहेब घरात नाहीत, हृदयक्रिया बंद पडून 'कै.' होण्याएवढी एकच अंतिम गोष्ट शिल्लक होती. दादासाहेब आल्यावर जलप्रलय पाहून, तेही फार उशीर न लावता बेशुद्ध पडतील, दरम्यान, आजी जलप्रलयात कुठल्या कुठं वाहून गेल्या असतील, वगैरे वगैरे अनेक गोष्टी अवघ्या काही सेकंदांतच माझ्या नजरेपुढून गेल्या. ते काही सेकंद अक्षरश: काळसेकंद होते आणि - आणि परमेश्वराचीच कृपा! त्या साखळीतच अचानक काही तरी बिघाड झाल्यामुळे, धो धो धो पाणी थांबलं असावं. मी सुटकेचा नि:श्वास टाकला.

मुंबईत नोकरीसाठी आल्यावर (वय वर्षे १७) या महानगरात माझ्या बावळटपणाचा विकास व्हायला भरपूर संधी आहे हे माझ्या लक्षात आलं. पहिली अगदी एकपात्री खाजगी नोकरी मुंबईमधील माजगाव विभागात होती. मालक पुणे-मुंबई जाऊन-येऊन असायचे. त्यांनी, त्यांच्याकडे पडून असलेली एक जुनी सायकल दुरुस्त करून, तेवढ्या भागात उपयोगी पडावी म्हणून दिली होती. त्यामुळे मी, माजगाव, लव्ह लेन, भायखळा, राणीबाग एवढ्या भागात सायकलवरून जात असे.

मुंबईविषयी कसल्या कसल्या अफलातून गोष्टी मी मुंबईला येण्यापूर्वीच ऐकल्या होत्या. मुंबईत भर दिवसा दरोडे पडतात, बँका लुटल्या जातात, खिसे तर दररोज किमान दहा हजार कापले जातात, काही काही गुंड तर धावत्या ट्रकमधून येतात आणि रस्त्यात दिसेल ते भराभर लुटून पळून जातात, चोर, डाकू, मवाली हे लोक आपण तसे दिसू नये म्हणून सुटाबुटात टाय लावून हिंडत असतात. दररोज किमान शंभर बायका आणखी दोनशे मुलं पळवून नेली जातात, गुंगीचं औषध देऊन लोकांना लुटण्याचे प्रकार तर दररोज शंभर तरी ठेवलेलेच असतात. गुंड आणि मवाली यांच्यात तर आपसामधल्या मारामाऱ्या दररोज कमीत कमी

सव्वाशे ते दीडशे होत असतात. त्यामुळे लाखो सभ्य माणसं घरातून बाहेर पडताना, आपला जीव हृदयात जागच्या जागी न ठेवता, तिथून काढून बंद मुठीत ठेवतात आणि मग कुठं जायचं तिथं पोहोचल्यावर आपला जीव मुठीतून काढून पुन्हा होता तिथं हृदयात ठेवतात. एकंदरीत, माझ्या असं लक्षात आलं की, हजारो दुर्जनांना चुकवत चुकवत मुंबईत वावरण्याचा सराव केला पाहिजे. पण माझा प्राणप्रिय मित्र, बावळटपणा डोळे वटारून मला म्हणाला, विन्या साल्या, मुंबईत आल्याबरोबर लगेच चतुर, हुषार वगैरे होण्याचा तुझा कट दिसतो. पण मी वस्ताद आहे. मी सावलीसारखा सतत तझ्याबरोबर राहणार आहे आणि तसंच झालं.

माजगाव आणि भायखळा यांच्यामध्ये 'लव्ह लेन' या नावाचा एक मोठा रस्ता आहे. भरदिवसा एका उघड्या ट्रकमधून सात आठ गुंड आले, ते खाली उतरले आणि रस्त्यावर जे जे दिसेल ते डोळ्याचं पातं लवतं न लवतं एवढ्या वेळात लुटून, ट्रकमध्ये घालून, आले तसे भरधाव वेगानं निघून गेले. त्यात सायकलसुद्धा होती. बरं झालं त्या वेळी मी सायकलवर नव्हतो. नाही तर दोन थपडा मारत त्यांनी माझी सायकलही लुटली असती. नंतर थोड्या दिवसांनी दिवस नुकताच मावळून अंधार पडत होता. भायखळ्यापासून मी सायकलवरून माजगावच्या दिशेनं चाललो असता, एकाएकी 'गाडी आली, गाडी आली' असा एकच आरडाओरडा सुरू झाला. रस्त्यावरची माणसं आपापल्या वस्तू, टोपल्या वगैरे घेऊन पळत सुटले. कसली गाडी आहे म्हणून मी मागं वळून पाहिलं. तीच लुटारूंची गाडी, तेच गुंड. मी असा टरकलो, त्यावेळी टरकण्याशिवाय दुसरं क्रियापदच आठवलं नाही. कारण घाबरलो वगैरे असतो तर ते अगदीच ऑर्डिनरी झालं असतं. मला मागचा प्रसंग आठवला. त्या वेळीही गुंडांनी माझ्यादेखत एक सायकल त्यांच्या ट्रकमध्ये टाकली होती हे आठवलं. तेव्हा नुसतं टरकणं अगदीच सिंगल सिंगल वाटू लागलं आणि जोडीलाच लटलट कापणंही उचित आणि आवश्यक आहे, असं माझ्या मनाला आपण होऊन वाटलं. मी त्या ट्रकच्या तावडीत सापडू नये म्हणून लगेच एका गल्लीत घुसलो. तिथून दुसरी गल्ली दिसली. लटपट लटपट सायकल दामटत आणखी तिसऱ्याच रस्त्याला लागलो. रात्रीचं वातावरण सुरू झालं. अशा वेळी दिशाभूल नक्की होते. माजगावला मी जिथं राहात होतो ते ठिकाणच मला सापडेना. कुणाला तरी विचारावं कसं? अडचण होती. कसं जायचं ते माझं मला माहीत होतं. दुसऱ्यांना सांगायची आजूबाजूची ठिकाणं, त्यांची नावं मला माहीत नाही. संध्याकाळी सुरू झालेली वणवण रात्री अकरा वाजता ध्यानीमनी नसता संपली. भायखळा स्टेशन ते घर, असा चक्रव्यूहात अडकून पडलो की विचारू नका. सायकल असून सायकलवर बसता येईना. कारण दोन्ही पाय क्षणाचीही उसंत

न घेता लटलटलट, लटलटलट, लटलटलट गुणिले पुष्कळ लटलटलट कापत होते. अशा स्थितीत कसलं डोंबलाचं सायकलवर बसणार? तरीही एकदा दुबळा प्रयत्न करून पाहिला. सीटपर्यंत पोहोचायच्या आत, धप्प अशा स्पष्ट ध्वनीसह मी सायकलसह आपटलो. उठलो. जमिनीवर आडवी पडलेल्या सायकलीला तिच्या मूळच्या आडव्या स्थितीत मी मरगळलेल्या स्थितीत चाललो होतो. वाट चुकण्याचा एक कलमी कार्यक्रम पुढं चालू होता.

वाट चुकल्यामुळे कोलंबसला एवढी मोठी अमेरिका सापडली आणि मला माझंच निवासस्थान सापडू नये याची खंत वाटण्याचा छोटासा कार्यक्रम मी मनातल्या मनात उरकून घेतला, 'एकलो चला रे', 'अजुनि चालतोचि वाट', 'अजून दूर माझे घर', इत्यादी पुस्तकांची शीर्षकं शोभतील अशा मन:स्थितीतून जात असताना ध्यानीमनी नसताना अचानकपणे मी चक्क निवासस्थानापाशीच येऊन थडकलो. खडतर प्रवास संपला.

दुसरे दिवशी, मालक पुण्याहून आले असता ते गुंड, त्यांचा ट्रक, लुटालूट, गाडी आली, गाडी आली वगैरे सांगितल्यावर मालक खो खो x ७-८ हसले. हा काय प्रकार आहे कळेना. तेव्हा मालक मला म्हणाले, "तू गुंड, भरदिवसा लुटालूट जे म्हणालास, तसलं काही नाही. बेकायदेशीररित्या, रस्त्यावर दुकानं मांडून रस्ता अडवून बसणाऱ्यांचा माल उचलून नेणारी ती महानगरपालिकेची अधिकृत गाडी होती. इंग्लिशमध्ये 'एनक्रोचमेंट रिमूव्हल व्हॅन' म्हणतात. अतिक्रमण प्रतिबंधक गाडी असं म्हटलं तरी चालेल." मुंबईत १९४३ साली आल्यावर अवघ्या एक महिन्यात हा दुसरा दणका बसला.

आणखी एक बावळटपणा. सर्वसाधारण हॉटेलांच्या बाहेर, 'यहाँ ड्यूक का थंडा मिलेगा' असे फलक लावलेले असायचे. तसा मी 'हुषार' असल्यामुळे तिथं थंड पेय मिळत असणार हे माझ्या लक्षात आलं. एकदा मी एका हॉटेलात गेलो. खुर्चीवर रुबाबात बसलो. हेतू हा की, मी जणू काही मुंबईच्या वातावरणात चांगलाच रुळलो आहे. थोड्या वेळानं वेटर आला, त्यानं काय पाहिजे असं विचारल्यावर मी ऐटीत सांगितलं, "एक ग्लास ड्यूकचा थंडा द्या." त्यावर वेटर म्हणाला, "ड्यूकचा कोणता थंडा (कोल्ड्रींक) पाहिजे?" त्यानं हे विचारल्यावर मी, मुरलेल्या मुंबईकराचा आव आणून म्हटलं, "एकदा सांगितलं ना, ड्यूकचा थंडा आणा; मग ड्यूकचा कोणता थंडा असं काय विचारता? वेटर म्हणून नवीनच आहात काय?" बघा, मी कसं ऐटीत त्याला विचारलं! मुंबईत कसं वावरायचं हे तंत्र आपल्याला जमू लागलं बरं का, याचा आनंद मी तेवढ्यातल्या तेवढ्यात उरकून घेणार होतो, एवढ्यात वेटरनंच मला प्रति-टोला हाणला. वेटर मला

म्हणाला, “तुम्हीच मुंबईत नवीन दिसता. मघापासून बघत आहे.” खल्लास! मघाचा उसना मुंबईकरी रुबाब एकदम खल्लास झाला. या वेटरला कसं कळलं की मी मुंबईत नवीन आहे?

“कशावरून म्हणता मी नवीन आहे? मी चार-पाच पिढ्यांपासून मुंबईकरच आहे.” अशा ऐटीत सांगितल्यावर वेटर म्हणाला, “तुम्ही बोलायला तोंड उघडल्यावरच लक्षात आलं. तुम्हाला वाटलं, सरबत, लस्सी याप्रमाणेच ड्यूक का थंडा हेच एका थंड पेयाचं नाव आहे. पण तसं नाही. ‘ड्यूक’ हे थंड पेय तयार करणाऱ्या कंपनीचं नाव आहे. पेयाचं नाव नाही तुम्हाला वाटतं तसं. आता बोला, तुम्हाला ड्यूकचं ऑरेंज पाहिजे, की लेमन पाहिजे, की सोडा पाहिजे, की सोडा-लेमन मिक्स - त्याला ‘मारामारी’ म्हणतात, पाहिजे. की रासबेरी पाहिजे, की पाईन ॲपल पाहिजे, की मँगोला पाहिजे?” तोबा! तोबा! तोबा! तोबा! इंग्लिश शब्दांच्या माऱ्यानं हैराण झालो. यातला प्रत्येक शब्द मला नवीन होता. त्यातल्या त्यात ‘मँगो’ म्हणजे आंबा हा शब्द मला माहीत होता. मी चाचरत त्याला विचारलं, “मँगोला म्हणजे आंब्याचं सरबत का?” वेटर मिस्किलपणे हसत म्हणाला, “मँगोला म्हणजे आंब्याचं सरबत-एक ग्लास देऊ का?”

“द्या” मी म्हणालो. वेटरनं ग्लासमधून मँगोला सरबत आणून टेबलावर ठेवलं. मी चवीचवीनं ते थंड पेय प्यालो, आवडलं. बाहेर जायला निघालो. त्या काळात वेटरनं बिल लिहून ती चिठ्ठी देण्याची पद्धत नव्हती. गिऱ्हाईक, मालकापाशी उभं राहिलं की वेटर त्या गिऱ्हाईकाचं ढोबळ वर्णन करून ओरडत असे. त्याचे काही नमुने, पांढरी टोपी डोक्यावर असेल तर, ‘स्वदेशी एक आणा.’ शर्ट, कोट, काळी टोपी, धोतर असेल तर, ‘मास्तर’ नुसतं पाणी पिऊन गेले. जाने दो. गिरणी कामगार असेल तर जवळच्या कापड गिरणीचं नाव घेऊन, ‘मुरारजी गिरणी-दोन इसम मिळून एक आणा!’ वगैरे. मी मालकापाशी उभा राहिलो तेव्हा वेटर ओरडला, “गाववाला इसम दोन आणा!” बावळटपणावर गाववाला हा शिक्का मारुन घेऊन मी तेथून निघालो.

पंढरपुराला आणि मुंबईत नवीनच होतो तेव्हाचा हा बावळटपणा म्हणजे ‘अक्षरभेट’ दिवाळी अंकाच्या शो-केसमधील सँपल माल आहे. माझ्या आठवणीच्या गोडाऊनमध्ये किती अफलातून आणि भरपूर बावळटपणा भरला असेल याची यावरून सहज कल्पना येईल.

***

.४.

।। स्वप्न गोविंद - गोपिका ।।

गोविंदराव आणि गोपिकाबाई हे दोघे पतिपत्नी होते. प्रारंभी काही वर्षं त्यांनी चारचौघांसारखा संसार केला. परंतु पुढं दोघांनाही परस्परांविषयी कसला तरी संशय येऊ लागला. गोविंदरावांना वाटू लागलं की गोपिका दुसऱ्या कुणावर तरी (तो गोपाळराव तर नसेल ना?) चोरून प्रेम करत आहे आणि गोपिकाबाईंनाही वाटायचं की, देखणी बायको दुसऱ्याची या न्यायानं आपल्या नवऱ्याचं प्रेम दुसऱ्या कोणावर तरी (ती सटवी गोपाळरावाची बायको तर नसेल ना?) हे असं मनातल्या मनात वाटत होतं. पण उघडपणे मात्र कुणीच कुणाला विचारत नव्हतं. विचारलं तर आपलीही भानगड बाहेर पडेल अशी भीती दोघांनाही वाटत असे. त्यामुळे दोघेही वरकरणी प्रेमानं वागत असल्याचं नाटक करत होते.

गोविंदरावांना गोपिकेचा संशय येत होता आणि गोपिकाबाईंना गोविंदरावांचा संशय येत होता. दिवसभर दोघेही संशयग्रस्तच असत. यामुळे व्हायचं काय, रात्री दोघांनाही एकमेकांच्या भानगडीचीच स्वप्नं पडू लागली. गोविंदराव बाहेर कुठं तरी नेहमी शेण खायला जातात आणि गोपिकासुद्धा तेच 'सत्कृत्य' करायला जात असते असलीच सगळी स्वप्नं पडत होती. सकाळी उठल्यावर ही स्वप्नं आपण एकमेकांना सांगावीत असं त्यांना रोज वाटत असे. पण आमने सामने सांगून टाकावं असं काही होत नव्हतं. यावर दुसरा काही तरी उपाय शोधून काढावा असं गोविंदराव आणि गोपिकाबाई यांना मनोमन वाटत होतं. दोघांनाही एकदमच एक कल्पना सुचली. त्यांच्या घरात घरकामासाठी एक मोलकरीण होती आणि बाहेरची कामं करण्यासाठी एक नोकर

होता. या दोघांचा उपयोग करून घेण्याचं त्यांनी मनांतून ठरवलं. (टेलिपथी किंवा सहसंवेदना म्हणतात ती ही!) गोविंदरावांनी आणि गोपिकाबाईंनी आपापल्या मनात त्याप्रमाणे काय काय करायचं याची आखणी केली.

वाचकहो, हा नोकर आणि ही मोलकरीण कशी आहे हे पाहू या. तोपर्यंत गोविंदराव आणि गोपिकाबाईंना बाजूस करू या. (याला म्हणतात हना-आपटे स्टाईल) बाहेरच्या कामासाठी जो नोकर आहे त्याचं नाव सुकुमार होतं आणि मोलकरणीचं नाव स्वप्नाली असं होतं. रामा, सखु या पारंपारिक नावाऐवजी ही नावं फारच निराळी आहेत. पण ती आहेत याला आपण तरी काय करणार? हल्ली सगळीकडे असलीच नावं लोकप्रिय झाली आहेत. हा सुकुमार जुन्या पद्धतीच्या नोकरांप्रमाणे अडाणी नव्हता तर चक्क बारावी पास होता आणि स्वप्नाली एस्.एस्.सी. पर्यंत शिकली होती. (पुन्हा 'ऑक्टोबर' ला बसलीच नाही.) हल्ली चांगल्या नोकऱ्या मिळतच नाहीत. म्हणून या दोघांनी मिळतील त्या नोकऱ्या स्वीकारल्या.

सुकुमार दिसायला स्मार्ट होता. उजळ सावळा वर्ण त्याला शोभून दिसत होता. पुरुषाला योग्य अशी उंची होती. शरीरसंपदा चांगली होती. वय फक्त वीस होतं. स्वप्नाली देखणी, स्मार्ट, गोरी स्मितवदना वगैरे वगैरे असलेली अठरा वर्षांची युवती होती. सुकुमार आणि स्वप्नाली दोघेही चतुर होते, हे त्यांचे आणखी एक वैशिष्ट्य होतं.

अशा या दोघांची नियुक्ती आपल्या कामासाठी करायची गोंविदराव आणि गोपिकाबाई यांनी ठरवलं. गोविंदरावांचं वय चाळीसच्या सुमारास होतं. तरीही ते जेमतेम पस्तिशीचे वाटायचे आणि गोपिकाबाईंचं वय पस्तीस होतं पण त्या तर तिशीच्याही आतल्या दिसत होत्या. प्रत्येक वाढदिवशी त्यांचं 'दिसणं' एक वर्षानं पुढे सरकारच्या ऐवजी एक वर्षांनं मागंच सरकत असतं. जेव्हा त्यांना बत्तिसावं सरून तेहतिसावं लागलं तेव्हा त्या एकतीस वर्षाच्या 'दिसू' लागल्या. चौतिसावं लगलं तेव्हा त्या तीस वर्षांच्या 'दिसू' लागल्या. त्यांचं वय आणि दिसणं यात प्रत्येक वर्षी अंतर वाढत जातं. गोविंदराव आणि गोपिकाबाई कशा आहेत हे आता आपण पाहिलं आहे. इतकी झकास बायको घरात असताना गोविंदराव बाहेरचं 'गोमय भक्षण कार्य' करायला कशाला जातात या प्रश्नाचं एकच उत्तर आहे. ते म्हणजे, 'देखणी बायको दुसऱ्याची.' माणसाचा स्वभाव तसा असतो. त्याला बिचारे पुरुष (गोविंदरावही अंतर्भूत) तरी काय करणार? साधी गोष्ट घ्या. तुम्ही आणि तुमची बायको दोघेजण हॉटेलात गेला आहात. तुम्ही दोन मसाला डोशांची ऑर्डर दिली आहे. समोरच दुसरं जोडपं बसलेलं आहे. त्या जोडप्यानं आधीच ऑर्डर दिलेली आहे. त्यांचं टोमॅटो आम्लेट आधी येतं आणि तुमचे डोसेही पाठोपाठ

येतात. खरं म्हणजे तुमचा मसाला डोसाच अधिक चांगला असतो. पण तुम्हाला उगीचच वाटू लागतं की, 'अरे! आपणही समोरच्यांच्याप्रमाणे टोमॅटो आम्लेटच मागवायला पाहिजे होतं.' हे जे, दुसऱ्याचं ते चांगलं वाटणं असतं ना या स्वभावापायीच गोविंदराव आणि गोपिकाबाई कुठं कुठं जात होते.

काय दैवी चमत्कार म्हणा किंवा आणखी काही म्हणा दोघांनाही, दिवसा दुसऱ्यानं काय केलं तेच रात्री स्वप्नात दिसत असे. म्हणजे गोविंदराव, कीर्तनाला जातो म्हणून 'कुठं' गेले आणि तिथं 'काय' (काय) केलं हे जणू काही चोरून व्हिडिओ फिल्म घ्यावी असं गोपिकाबाईंना त्यांच्या स्वप्नात स्पष्ट दिसत असे. स्वप्नातल्या व्ही.सी.आर. वर गोविंदरावांचा 'सिनेमा' संपूर्ण बघायला मिळत असे. हे झाल्यावर मधे एक रात्रसुद्धा न जाता दुसऱ्या रात्रीच गोपिकाबाई भजनाला जाते म्हणून कुठं जातात आणि 'काय' (काय) करतात हे सगळं गोविंदरावांना त्यांच्या स्वप्नात क्रमवार दिसत असे. सकाळी उठल्यावर दोघांनाही आपापली स्वप्नं स्पष्ट आणि संपूर्ण आठवत होती. स्वप्नांचा हा निराळाच मामला होता खरा.

गोविंदरावांना वाटायचं आपण गोपिकाबाईंना चांगलं खडसावून जाब विचारावा आणि गोपिकाबाईंनासुद्धा डिक्टो असंच वाटायचं. परंतु दोघेही दोषी असल्यामुळे उघडपणे तोंडावर विचारायचं दोघांनाही जमत नव्हतं. म्हणून योगायोगानं दोघांनाही एकच युक्ती सुचली. गोविंदरावांनी सुकुमारला हाताशी धरला आणि गोपिकाबाईंनी स्वप्नालीला जवळ केलं. स्वत:ला काल पडलेलं स्वप्न गोविंदराव सुकुमारला सांगू लागले आणि गोपिकाबाई त्यांचं स्वप्न स्वप्नालीला सांगू लागल्या. आपले मालक आणि मालकीण भलतेच रंगेल दिसतात हे दोघांच्या लक्षात आलं. बिचाऱ्यांना बाहेर कुठंच नोकरी मिळत नव्हती. तेव्हा सांगतील ती कामं करणं भागच होतं.

गोविंदराव दररोज आपलं स्वप्न सुकुमारला सांगून झालं की म्हणायचे, "मी बाहेर गेलो की तू हे स्वप्न बाईसाहेबांना (गोपिकाबाईंना) सांगायचं" तिकडे गोपिकाबाईही स्वप्नालीला म्हणाल्या, "बरं का ग स्वप्नाली, मी तुला रात्री मला पडलेलं जे स्वप्न सांगितलं ते तू साहेबांना (गोविंदरावांना) सांगायचं. मी बाहेर गेल्यावर." दोघांनाही या कामाबद्दल जादा पैसे मिळत होते. अशाप्रकारे 'स्वप्न-गोविंद गोपिका' आख्यान सुरू झालं.

।।अथ स्वप्न गोविंद-गोपिका।।

१

"सुकुमार, मी या सुप्रभाती, मला उत्तर रात्री जे स्वप्न पडलं होतं ते तुला सविस्तर सांगितलं आहे. तू काय कर, मी आता बाहेर जातो. मालकीणबाईंला हे

सगळं स्वप्न तू कथारूपानं सांग. तुझी मालकीण म्हणजे माझी गोपिका ही स्वप्नकथा चेहऱ्यावर भाबडा भाव आणून खोट्या श्रद्धेनं ऐकेल. स्वप्न सांगताना जिथं जिथं गोपिका म्हटलं आहे, तिथं तू दुसऱ्या एखाद्या स्त्रीचं नाव घे. तिच्या नवऱ्याचं नाव, गोविंदराव सोडून दुसरं कोणतंही ठेव. बाकी सगळं स्वप्न, त्यामधले प्रसंग जसेच्या तसेच ठेव. म्हणजे आपण काल कुठं 'टिंब टिंब टिंब' करायला गेलो होतो. हे तिला मनोमन बरोबर कळेल. तर, सुकुमारा मी आता बहिर्गमन करतो. तू तुझ्या नियोजित कार्याला प्रारंभ कर. मी निघतो.'' असं म्हणून गोविंदराव कीर्तनाला जातो, असं सांगून बाहेर गेले.

स्वप्नालीला गोपिकाबाईंनी कसलं तरी पत्र देऊन पाठवलं होतं. घरामध्ये फक्त गोपिकाबाई आणि नोकर सुकुमार असे दोघेच होते. सुकुमार म्हणाला, ''बाईसाहेब, मला देशोदेशीच्या स्त्रियांच्या कथा माहीत आहेत. मी दररोज किंवा मला ज्या दिवशी वेळ मिळेल त्या दिवशी सांगत गेलो तर चालेल का? त्या सुरस आणि मनाला आल्हाद देणाऱ्या सुरम्य कथा तुम्ही श्रवण कराल काय?''

''इश्श! न श्रवण करायला काय झालं? सुरम्य कथा कुणाला आवडणार नाहीत? त्यातून तू तर देशोदेशीच्या स्त्रियांच्या कथा सांगणार आहेस. सुकुमार मला तर त्या कथा ऐकण्याची उत्सुकता लागली आहे. त्वरित कथन कर. माझे कर्णद्वय, त्या श्रवण करायला उत्सुक झाले आहेत.'' गोपिकाबाई म्हणाल्या.

''तर मी प्रारंभ करतोच. एका शहरामध्ये सुमारे बत्तीस वर्षांची एक तरुण स्त्री रहात होती. ती दिसायला आकर्षक होती. गौर वर्ण, स्मित वदन, सुरेख बांधा अशी ती होती.'' सुकुमार सांगत होता.

''म्हणजे माझ्यासारखी होती वाटतं!'' गोपिकाबाई म्हणाल्या.

''बाईसाहेब, तसं म्हणणं पुढील कथेच्या दृष्टीनं मला अप्रशस्त वाटतं. म्हणून साम्य असलं तरी मी तसं म्हणत नाही.'' सुकुमार म्हणाला.

''बरं कथा कथन कर.'' गोपिकाबाई म्हणाल्या.

''त्या रूपवती स्त्रीचं नाव लतिका असं होतं,'' सुकुमार सांगू लागला. ''आणि तिच्या पतिदेवाचं नाव गोपाळराव असं होतं. हे दांपत्य परस्परांना अनुरूप असंच होतं. वरवर पाहिलं तर असं वाटायचं की, हे दांपत्य ''मेड फॉर इच अदर'' असं होतं. घरात सोन्यासारखा राजबिंडा नवरा असताना लतिका दररोज देवळात जाते, पूजेला जाते, प्रवचनाला जाते, पुराणाला जाते अशा नाही नाही त्या धार्मिक थापा मारून परपुरुषाबरोबर रममाण होत होती.''

''कमालच आहे बाई! तिला पापाची भीती तरी कशी वाटत नाही?'' गोपिकाबाई, पतिव्रता स्त्रीच्या तोंडी शोभावं असं बोलल्या.

''बाईसाहेब बऱ्याच बायका करून सवरून वरती सोज्वळ दिसतात. ही लतिका त्यातलीच होती.'' सुकुमार सांगू लागला, ''अगदी नुकतीच घडलेला घटना आहे. आपला पतिदेव गोपाळराव यांना ती म्हणाली, ''प्राणनाथ आज मी दुपारी माझ्या एका परम मैत्रिणीच्या घरी जाणार आहे. यायला कदाचित संध्याकाळ होईल.''

''प्रिये, आज माझं डोकं दुखतंय. उद्या गेलीस तर चालणार नाही काय?'' गोपाळरावांनी विचारलं.

''जशी पतिदेवाची इच्छा! मी आज जात नाही. नंतर जाईन.'' लतिका म्हणाली.

''तीन-चार दिवसांनी, गोपाळराव खरंच डोकं दुखत होतं म्हणून आणि बरं वाटत नव्हतं म्हणून ऑफिसातून अर्ध्या दिवसाची रजा घेऊन घरी आले.'' सुकुमार पुढं सांगू लागला, ''घराला कुलूप! लतिका भर दुपारी कुठं गेली असणार? ही काही 'भजन, प्रवचना'ची वेळ नाही. कुठं गेली असेल बरं?'' गोपाळराव लतिकेला मनातून पक्के ओळखून होते. अगोदर दोन दिवस मैत्रिणीकडे जाते, भजनाला जाते अशी हवा पसरून ठेवायची आणि गोपाळराव ऑफिसात गेले की, आपल्या प्रियकराला घेऊन नाटक, सिनेमाला जायचं, असं लतिका करत असे. आपल्याला जणू काही माहीतच नाही असं नाटक गोपाळराव करत असत. आज मात्र त्यांच्याजवळ घराची किल्ली नव्हती. म्हणून लतिका जिथं असेल तिथं तिला गाठायचं गोपाळरावांनी ठरवलं.'

''गोपाळराव कुठं शोधायला गेले?'' गोपिकाबाईंनी मधेच एक प्रश्न विचारला.

''गावात फाजील इंग्लिश सिनेमा लागला होता. लतिका आपल्या लव्हरला घेऊन तिकडेच गेली असणार असं मनाशी ठरवून गोपाळराव त्या थेटरात गेले.'' सुकुमार सांगू लागला. ''गोपाळरावांनी मॅनेजरला विनंती केली की, ''जी स्त्री आपल्या मित्राबरोबर सिनेमा पाहायला आता आली आहे तिनं बाहेर यावं. तिचे मिस्टर वाट पाहत आहेत.'' अशी घोषणा माईकवरून करा. काहीतरी अर्जंट प्रकरण असेल या कल्पनेनं मॅनेजरनं दोन मिनिटं सिनेमा थांबवून माईकवरून वरील घोषणा केली.''

''अय्या! मग काय झालं रे?'' गोपिकाबाईंनी उत्सुकतेनं विचारलं.

''काय सांगावं बाईसाहेब'' सुकुमार म्हणाला, ''ही घोषणा ऐकताच नुस्ती लतिकाच नाही तर आणखी पन्नास साठ स्त्रिया पटापट खाली मान घालून बाहेर पडल्या. आणि आपला नवरा कुठं आहे हे शोधू लागल्या. त्या सगळ्या निघून गेल्या आणि गोपाळरावही लतिकेला त्या घोळक्यात पाहून घरी निघून गेले. थोड्या

वेळात लतिका घरी आली. हसतहसत ती गोपाळरावांना म्हणाली, "आजचं प्रवचन उपनिषदावर होतं. (उपनिषद शब्दाचा अर्थ जवळ बसणं असा आहे. आज ही कुणाला जवळ घेऊन बसली होती, असं गोपाळराव मनात म्हणत होते.) शास्त्रीबुवांनी उपनिषद फारच सुरेख सांगितलं."

"छान! छान!" गोपाळराव म्हणाले. घराचं कुलूप उघडून दोघे घरात गेले. प्रेमळ नवरा-बायकोचं नाटक सुरू झालं.

ही सुरम्य कथा सांगून झाल्यावर सुकुमार गोपिकाबाईंना म्हणाला, "बाईसाहेब, लतिकासारख्या स्वैरवर्तिनी स्त्रिया पाहिल्यावर तुम्ही किती साध्वी, किती पतिव्रता, किती कुलीन वगैरे वगैरे आहात याची खात्रीच पटते. अतः मी तुम्हांला मनोभावे अभिवादन करतो."

ही कथा सांगून झाल्यावर सुकुमार तिथून निघून गेला. गोपिकाबाई स्वत:शी म्हणाल्या, "इकडच्या स्वारीचा हा प्लॅन दिसतोय एकंदरीत. मी काल माझ्या मित्राबरोबर सिनेमाला गेले होते हे सगळं 'ह्यां' च्या स्वप्नात रात्री आलेलं दिसतं. प्रत्यक्ष मला विचारण्याचं धाडस होत नाही म्हणून या कामावर त्यांनी सुकुमारची नियुक्ती केलेली दिसते. सुकुमारनं माणसांची नावं बदलून, ह्यांची कथा करून, माझीच कथा मला पुन्हा सांगितली. ह्यांच्या ह्या स्वप्नांनी वैतागच आणला आहे. मी काहीही केलं तरी रात्री लगेच त्यांच्या स्वप्नामध्ये व्हिडिओ फिल्म तयार. मी पण कमी नाही. मलासुद्धा ह्यांच्या सगळ्या भानगडी ताबडतोब त्याच दिवशीच्या रात्रीच्या स्वप्नात दिसत असतात. मीही तसंच करते." असं म्हणून गोपिकाबाईंनी स्वप्नालीला बोलावून घेतलं. सगळी योजना समजावून सांगितली. गोविंदरावांनी सुकुमारला ज्या पद्धतीनं पढवलं होतं. तसंच गोपिकाबाईंनी स्वप्नालीला पढवलं ती सुद्धा चतुर असल्यामुळे गोपिकाबाईंचा प्लॅन तिला बरोबर समजला. गोपिकाबाई 'कीर्तना'ला जाते, असं सांगून बाहेर गेल्या. सुकुमार गोपाळरावांच्या कामासाठी बाहेर गेला होता. घरात गोविंदराव आणि स्वप्नाली दोघेच होते.

"साहेब, मला स्त्री-पुरुषांच्या बऱ्याच कथा माहीत आहेत. मी एखादी गोष्ट सांगू का?" स्वप्नालीनं मधुर स्मित करत गोविंदरावांना विचारलं.

"अरे वा! तुला कथाकथनसुद्धा करता येतं वाटतं? तर मग आपण गणेशोत्सवात तुझा कथाकथनाचा कार्यक्रम ठेवू या." गोविंदराव म्हणाले.

"तसल्या पब्लिकमध्ये सांगायच्या या कथा नाहीत. घरातल्या घरात, एकटयादुकटयापुढं सांगायच्या या कथा आहेत. कथा आहेत मात्र झकास. तुम्हाला नक्की आवडतील." स्वप्नाली म्हणाली.

"तर मग सांग. आपण दोघेच घरात आहोत." गोविंदराव म्हणाले.

२

स्वप्नाली गोविंदरावांना कथा सांगू लागली, "एका शहरामध्ये गुलछबूराव या नावाचे एक रंगेल गृहस्थ राहत होते. वडिलोपार्जित इस्टेट होती. नुसतं बसून खायचं एवढाच उद्योग होता. त्यामुळे त्यांना नस्ते उद्योग करायची सवय लागली होती. पैसे असल्यामुळें स्त्रियांबद्दलच्या उचापती ते विशेष आस्थेनं करत असत. गुलछबूरावांना स्त्रियांवर छाप पाडण्याची कला चांगली अवगत होती. काय गोलमाल करतात कोण जाणे पण त्यांना प्रत्येक खेपेला एखादी नवीन स्त्री वश होत असे. तरी त्यांचं लग्न झालं होतं. घरात देखणी, तरुण बायको होती. ती इतकी ब्युटिफूल होती की गुलछबूरावांची नजर चुकवून इतर उपाशी प्रेमवीरच त्यांच्या बायकोकडे चोरून बघत असत."

"हा तुझ्या कथेतला गुलछबूराव एकीकडे रंगेल आहे आणि एकीकडे अरसिक आहे. घरात इतकी चांगली बायको असताना त्यांनी हे असले धंदे करणं अयोग्य आहे. तुझं काय मत आहे स्वप्नाली?" गोविंदरावांनी (जणू काही आपल्याला असलं काही माहितच नाही अशा ढंगात) विचारले.

"साहेब, पुरुषांची जातच अशी असते. तुमच्या सारख्यांचा अपवाद सोडला तर." स्वप्नाली म्हणाली.

"कसचं कसचं!" गोविंदराव नम्रपणाचा खोटा अभिनय करत म्हणाले.

"तर मी गुलछबूरावांची गोष्ट सांगत होते. हे गुलछबूराव नेहमी स्त्रियांची हुंगेगिरी करत हिंडायचे. त्यांच्या हुंगण्यांना यशही यायचं. गुलछबूराव अविवाहित तरुण कुमारिकांच्या मागं कधी लागायचे नाहीत. फुकटची पायपीट (इंग्लिशमधील 'एल.आय.एन.इ.') अचानक पादत्राण-कपोल-संगम, अपयश, निराशा इतक्या नकारघंटा तरुण पोरींच्या मागं लागलं तर नशिबी येतात हे त्यांना माहीत होतं. आता आपण चाळिशीकडे झुकू लागलो आहोत म्हणून अठरा-वीस वर्षांच्या मुली आपल्याला नक्की मिळणार नाहीत याचा पोक्त व्यावहारिक पातळीवरून विचार करूनच त्यांनी विवाहित स्त्रियांचं क्षेत्र निवडलं होतं. गुलछबूरावांचा या विषयाचा अभ्यास दांडगा हाता. ज्या विवाहितेचा नवरा दिसायला अगदी हा आहे, काही दम नाही अशी स्त्री, नंतर ज्यानं दुसरं लग्न केल्यामुळे नवरा वयानं मोठा आहे आणि त्याचंच दुसरं कुटुंब मात्र तरुण आहे अशी स्त्री, जिचा नवरा सदान्कदा एकसारखा रात्रंदिवस बाहेरच असतो अशा नवऱ्याची बायको, जो नवरा-बायकोचे कसलेच लाड पुरवत नाही अशा खडूस नवऱ्याची बायको, ज्या स्त्रीला आणखी कुणीतरी असावं वाटतं अशी विवाहित स्त्री आणि अशाच प्रकारच्या आणखी स्त्रिया, गुलछबूराव नेहमी शोधत असत. हे क्षेत्र त्यांना यशस्वी आणि फायद्याचं ठरलं."

“तुझे हे गुलछबूराव माझे कुणी नाहीत. मी सांगते त्या कथेतले ते आहेत.” स्वप्नाली म्हणाली. “त्याचं आणि अशा कितीतरी विवाहित स्त्रियांचं गुप्त मेतकूट जमलं. रविवारी ही तर सोमवारी ती, मंगळवारी अमूक तर बुधवारी तमूक असं चालू झालं. पुढं पुढं तर प्रत्येकी वारी दोन-दोन असं प्रमाण पडू लागलं. प्रत्येक वार ‘चंगळवार’ होता. सगळं कसं छान चाललं होतं. घरातून सकाळी बाहेर पडतात, ‘देवळात जाऊन येतो ग’ आणि संध्याकाळी बाहेर पडताना ‘कीर्तनाला जरा जाऊन येतो ग’ अशा दररोज दोन धार्मिक थापा मारून गुलछबूराव सकाळी ‘ही’च्या कडे तर संध्याकाळी ‘ती’च्या कडे जात असतं. ‘ही’चा आणि ‘ती’ चा नवरा. बिच्चारे! त्यांना याचा पत्ताच नसे. गुलछबूराव आनंदात होते. दररोज ‘कीर्तन’ ऐकून ऐकून गुलछबूराव दिवसातून दोन दोन वेळा धन्य धन्य होत असत. (एक धन्य सकाळी आणि दुसरं धन्य संध्याकाळी).

“गुलछबूराव खरा भाग्यवान दिसतो! नाही तर मी” गोविंदराव म्हणाले, “गोपिकेशिवाय अन्य स्त्रिया मला माते समान (माता म्हणजे माझ्या मुलांची माता. स्वत:ची नव्हे.) आहेत.”

“खरं आहे साहेब” स्वप्नाली म्हणाली, “साहेब मला परवा एक स्वप्न पडलं होतं त्या स्वप्नात तुम्ही इथं असेच बसले होता. तिकडून नंबर वन फिल्मस्टार माधुरी दीक्षित आली आणि शेजारी येऊन बसली. तिचं ते अप्रतिम सौंदर्य पाहून तुम्ही उत्स्फूर्तपणे माधुरी दीक्षितला म्हणालात, अशीच आमुची माता सुंदर असती, आम्हीही सुंदर झालो असतो... तुमच्या तोंडचे हे उद्‌गार ऐकून माधुरी दीक्षित चिमणीसारखं लहान तोंड करून आली तशी निघून गेली. मग मी स्वप्नातून जागी झाले.

“बरं तुझं ते कथाकथन कुठवर आलं होतं? ते पुढं चालू कर.” गोविंदराव म्हणाले.

“दररोज दोन ठिकाणी जाण्याचा गुलछबूरावांचा इतरांना हेवा वाटावा असा कार्यक्रम चालू होता. दिवसामागून दिवस जात होते (‘दिवससुद्धा जात होते.’ आणि एकेदिवशी गुलछबूरावांना एक फोन आला.” स्वप्नाली सांगत होती.)

“आणखी एकीची भर पडली की काय?” गोविंदरावांनी विचारलं.

“कसली आणखी भर घेऊन बसलात?” स्वप्नाली म्हणाली, “एका नवऱ्यानं सॉलिड दम भरला होता फोनवरून. त्या नवऱ्यानं फोनवरून गुलछबूरावांना ताकीद दिली की, ‘तू जर माझ्या बायकोशी असलेले संबंध ताबडतोब सोडले नाहीस तर मी तुझा खून करीन!’ गुलछबूराव भयंकर घाबरले. काय करावं हे सुचेना. ही बातमी मित्राला सांगितली. तेव्हा मित्र धीर देत गुलछबूरावाला म्हणाले, “अरे असा घाबरतोस काय? त्याच्या बायकोचा नाद सोड म्हणजे झालं.”

"मित्रा तीच तर अडचण आहे?" गुलछबूराव म्हणाले, "मी कुणाच्या बायकोचा नाद सोडू? कारण फोन निवावी होता!"

"साहेब कशी आहे कथा?" स्वप्नालीनं गोविंदरावांना विचारलं.

"झकास कथा आहे." गोविंदराव म्हणाले, "स्वप्नाली तू तुझ्या कामाला जा आता." गोविंदराव म्हणाले. स्वप्नाली आत गेली.

गोविंदराव स्वत:शी म्हणाले, 'च्यायला! हा वैतागच होऊन बसला आहे! आधी प्रत्यक्ष घटना घडते. मग ती घटना बायकोच्या स्वप्नात जशीच्या तशी दिसते आणि मग बायको-गोपिका घटना स्वप्नालीला सांगते. स्वप्नाली त्यातूनच एक जणू काही निराळीच स्टोरी सांगण्याचा आव आणून मी जे केलं होतं तेच सांगते आणि मला मात्र सगळं खोट्या उत्सुकतेनं ऐकून घ्यावं लागतं. गोपिका काय उद्योग करते हे मला माझ्या स्वप्नात दिसतं हे ठीक आहे. पण त्याचबरोबर मी काय करतो हे तिलाही दिसावं म्हणजे टू मच झालं. दोघांनाही दोघांची पावलं कुठं जातात ते माहीत आहे. तेरी भी चुप मेरी भी चूप! गाठ पडे ठका ठका! म्हणून तर आम्ही दोघे खोटं खोटं सोज्वळपणे वागत असतो.'

३

गोपिकाबाई कुठं तरी गेल्या होत्या. स्वप्नाली त्यांच्याबरोबरच गेली होती. घरात गोविंदराव आणि सुकुमार असे दोघेच होते. ही संधी साधून गोविंदरावांनी सुकुमारला काल उत्तररात्री स्वप्नात जे जे देखिले ते ते कथन केलं. सुकुमारानंही ते सर्व श्रवण केलं. नंतर जे श्रवण केलं त्याचीच एक सुरस कथा तयार केली. या कथेत, नुकतंच गोपिकाबाईंनी काय केलं होतं तेच सांगितलं होतं. नाव, स्थळ वगैरे बदलून कथा तयार केली. गोविंदराव मुद्दाम ठरवून बाहेर गेले. थोड्या समयानं गोपिकाबाई घरी आल्या.

"स्वप्नाली कुठं आहे?" सुकुमारनं विचारलं. "मी तिला माझ्या कामासाठी, माझ्या एका मैत्रिणीकडे पाठवलं आहे. त्या मैत्रिणीकडे 'अध्यात्माचा गुलकंद आणि परमार्थाचा च्यवनप्राश' या नावाचं सुरेख पुस्तक आहे. ते पुस्तक वाचलं की आत्मोन्नती होते असं माझी मैत्रीण मला म्हणाली होती. म्हणून तो गुलकंद आणि च्यवनप्राश आणण्यासाठी मी स्वप्नालीला तिकडे पाठवलं आहे." गोपिकाबाईंनी स्वप्नाली कुठं आणि कशाला गेली याचा (खोटा) खुलासा श्रवण केल्यावर सुकुमार म्हणाला, "बाईसाहेब, याचा अर्थ सांप्रत आपण उभयतांच घरात आहोत. तर मग मी तुम्हाला एक श्रवणमधुर कथा, कथन करू इच्छितो."

"सांग सांग! माझी कर्णकमळं तुझी कथा श्रवण करायला अत्युत्सुक झाली

आहेत.'' गोपिकाबाई प्रेमळ हास्य करत सुकुमारला म्हणाल्या, ''श्रवण करा.'' सुकुमार म्हणाला, ''एका महानगरामध्ये गुलाबराव या नावाचा एक तरुण गृहस्थ राहत होता. वय साधारण पस्तीस होतं. गुलाबरावांना 'पत्रक्रीडा' चा भारी नाद होता.''

''हे सुकुमार, पत्रक्रीडा म्हणजे रे काय?'' गोपिकाबाईंनी विचारलं. ''पत्रक्रीडा म्हणजे पत्ते खेळणं. संस्कृत शब्द वापरला की खेळाला भारदस्तपणा येतो.'' सुकुमार म्हणाला. ''ज्याप्रमाणे जुगार म्हटलं की फालतू मवाली माणसं खेळतात तो; पण जुगाराला द्यूत म्हटलं की, नल राजा, युधिष्ठिर खेळतात ते! लगेच त्याला प्रतिष्ठित स्वरूप येतं. असो. एका महानगरात गुलाबराव नावाचे गृहस्थ राहत होते. त्यांना पत्ते खेळण्याचा अतिशय नाद होता. लोकलगाडीतून कार्यालयात जाता येता पत्ते, मधल्या सुट्टीत पत्ते, रात्री पत्ते-पत्ते खेळल्यावाचून त्यांना चैनच पडत नसे. भोजन करणं हा सुद्धा त्यांना व्यत्यय वाटत असे. शनिवारी रात्री ते मित्राच्या घरी पत्ते खेळायला गेले की तिकडेच मुक्काम! एकदा शनिवारी गेले की सोमवारी सकाळी अंघोळ करायलाच घरी परत यायचे. गुलाबराव आणि त्यांचे मित्र असे क्रमांक ऐकचे 'ब्रिज' लाल आणि 'रमी' रमण होते.''

सुकुमार पुढं सांगू लागला, ''बाईमहोदया, त्यामुळे गुलाबरावांचं आपली पत्नी गुलबक्षी हिच्याकडे दुर्लक्ष होत असे. गुलबक्षी रूपवती तरुणी होती. पण पत्त्यांपुढं कसली गुलबक्षी न् काय? रात्र रात्र मित्राच्या अड्ड्यावर ते पत्ते पिसत बसलेले असायचे. सकाळी घरातून निघून कार्यालयात जाताना गुलाबराव गुलबक्षीला सांगायचे,''हे बघ, आज कार्यालयात अधिक काळ बसावं लागणार आहे. 'इअर अेंडिंग' नामक कामं आहेत. नववर्ष सुरू होण्यापूर्वी सर्व कामं पूर्ण करायची असतात. म्हणून रात्री मला घरी यायला उशीर होईल. तू भोजन करून निद्राधीन हो.''

''गुलाबरावांना गुलबक्षीची तशी थोडी फार काळजी होती हे यावरून दिसून येतं.'' गोपिकाबाई श्रवणसुखाचा लाभ घेत असताना म्हणाल्या.

''गुलाबरावांना इअर अेंडिंगची थाप फार आवडली. ऑफिसात कसलं काम आहे तिला माहीत नसल्यामुळे ही थाप छान आहे, असं गुलाबरावांनी ठरवून टाकलं. गुलाबराव गुलबक्षीला म्हणाले, ''हे बघ मी ऑफिसचा फोन नंबर देऊन ठेवतो. अगदी एकटं एकटं वाटायला लागलं तर तू मला फोनवरून, आणखी किती वेळ ऑफिसात बसावं लागणार आहे हे विचार.'' असं सांगून गुलाबराव ऑफिसच्या इअर अेंडिंगच्या कामाचा ओव्हरटाईम करायला गेले. सुकुमार सांगू लागला, ''गेले म्हणजे, मित्राच्या घरी पत्त्याच्या अड्ड्यावर पत्ते खेळायला गेले. 'इअर एडिंग' ची कामं करायला. बायकोला हां हां म्हणता फसवावं तर आपण, असं गुलाबराव स्वत:शी म्हणाले. रात्री नऊ वाजून गेले. गुलबक्षीनं ऑफिसात

(म्हणजेच गुलाबरावांच्या मित्राच्या घरात) फोन केला. "हॅलो, माझे मिस्टर गुलाबराव आहेत का?" तिकडून उत्तर आलं, "हो आहेत. इअर एडिंगचं काम करत आहेत." "त्यांना फोन द्या." गुलबक्षी म्हणाली. "हॅलो (गुलाबरावांना) तुम्ही जेवायला येणार ना? नऊ वाजून गेले. मी तुमच्यासाठी जेवायची थांबले." हे ऐकून गुलाबराव म्हणाले, "अगं तू जेवून घे. इथं साहेबसुद्धा इअर एडिंगच्या कामाला बसले आहेत. रात्री अकरानंतर फोन कर."

गुलबक्षीनं रात्री अकराला फोन केल्यावर गुलाबराव म्हणाले, "रात्रीचा बहुधा एक वाजेल." रात्री एकला फोन केल्यावर गुलाबराव म्हणाले "हे बघ, मी सकाळी सातनंतरच येईन. इअर एडिंगचं काम आज रात्री पूर्ण केलंच पाहिजे. तू आता निवांत झोप. सकाळी सातनंतर येतो."

"गुलाबराव मानलं हं तुम्हाला!" मित्र म्हणाला, "आपण इथं सिगरेटी फुंकत आणि चहा ढोसत पत्ते खेळत आहोत आणि बायकोला चक्क सांगताय इअर एडिंगचं काम जोरात चालू आहेत. गुलाबराव, नवरा असावा तर असा!" ही स्तुती ऐकून गुलाबराव खूश झाले. पत्ते खेळायला आणखी जोर आला.

सुकुमार पुढं सांगू लागला, "बाईमहोदया, या सुरस कथेचा कळसाध्याय काय होता माहीत आहे काय?"

"तू कथन केल्याशिवाय मला कसं कळणार?"

"गुलबक्षी, सांगितल्याप्रमाणं मधून मधून फोन करून, गुलाबराव किती वाजता घरी येणार हे आपुलकीचा आव आणून विचारत होती. याचं कारण निराळंच होतं. गुलबक्षीचा मित्र-कम् प्रियकर गुलछबूराव रात्रभर तिथंच होता. गुलबक्षीला (हा गुलछबूराव निराळा) गुलाबरावांची चाल पुरेपूर माहीत होती. इअर अेंडिंगची थाप ती थाप मारली जायच्या आधीच तिनं ओळखली होती. नवऱ्याच्या काळजीचं आणि प्रेमाचं नुस्तं नाटक करत होती. फोनवरून गुलाबरावांना विचारून झालं की लगेच ती अंतररहित शेजारी बसलेल्या गुलछबूरावांना म्हणायची, "डार्लिंग, हे काही नऊ वाजेपर्यंत येत नाहीत. आपण शांतपणे प्रेम करत बसू या." नंतर केलेल्या फोनवरून, आता रात्री एकपर्यंत गुलाबराव येणार नाहीत हे निश्चित झाल्यावर गुलबक्षी-गुलछबूरावांच्या त्या प्रेमाला सॉलिड चार तासांची मुदत वाढ मिळाली. त्यानंतर मध्यरात्री एक वाजता फोन केल्यावर तर आनंदाला सीमाच नव्हती. तथाकथित इअर अेंडिंगच काम दुसरे दिवशी सकाळी सातपर्यंत नक्की चालणार याची खात्री पटल्यावर गुलबक्षीनं गुलछबूरावाला म्हटलं, "जिवलगा, आपल्या प्रेमाला आता एकदम सहा तासाचं ऐक्सटेन्शन मिळालं आहे. गुलाबराव कधी येऊन टपकतील हे टेन्शन, या एक्सटेन्शनमुळे नाहीसं झालं आहे. नवरा पत्ते

खेळायला गुल झाला आणि ही 'गुल' जोडी (गुलबक्षी आणि गुलछबूराव) गुलगुल गोष्टी करीत प्रेमात मग्न झाली होती.''

"अरे वा! गुलबक्षी तर गुलाबरावांना सवाई भेटली. हल्ली स्त्रियासुद्धा पुरुषांप्रमाणे पार (फारसुद्धा चालेल) बिघडल्या आहेत. अशानं पतिव्रत्य, पावित्र्य यांचं काय होणार हे कळत नाही ग बाई! सुकुमार, स्त्रियासुद्धा अशा असतात का रे?'' गोपिकाबाईंनी साध्वीपणाचा उत्कृष्ट अभिनय करत विचारल्यावर सुकुमार म्हणाला, "बाईसाहेब तुम्ही स्वत: महान पतिव्रता, पुण्यवान साध्वी, आदरणीय सती, वंदनीय धर्मपत्नी वगैरे बरंच काही आहात. गृहलक्ष्मीसुद्धा आहात. परंतु सगळ्याच स्त्रिया तुमच्याप्रमाणे चरणकमलतीर्थ प्राशनपात्र नसतात. असो. बाईमहोदया मी माझ्या कामाला लागतो.'' असं म्हणून सुकुमार घरातल्याच कामाला गेला.

गोपिकाबाई स्वत:शी म्हणाला, "ही स्वप्नं म्हणजे वैतागच होऊन बसला आहे. माझे हे काय काय करतात याच रात्री मला माझ्या स्वप्नात दिसतं. इथंवर स्वप्न ठीक आहेत. परंतु मी काय काय करते हे सगळं ह्यांच्याही स्वप्नात चक्क दिसतं हे म्हणजे फारच झालं. त्यामुळे माझी किती पंचाईत होते. मी काय करते याची जणू काही फिल्मच तयार होते. ती फिल्म ह्यांच्या स्वप्नात इंटरव्हलसुद्धा न घेता, कसलीही सेन्सॉरची कात्री न लावता दाखवली जाते. माझे उद्योग हे स्वप्नात पाहतात. दुसरे दिवशी हे स्वप्न त्या सुकुमारला सांगतात. सुकुमार त्यातून एक स्टोरी तयार करतो आणि माझीच स्टोरी मलाच नावं बदलून सांगतो. माझे हे सुद्धा एकसारखे शेण भक्षण करायला नेहमी बाहेर जात असतात. म्हणून तर माझे उद्योग स्वप्नात पाहूनसुद्धा ते चुपचाप बसतात. कारण ज्या गावच्या बोरी त्याच गावच्या बाभळी!

४

गोविंदराव आणि सुकुमार आपापल्या कामासाठी बाहेर गेले होते. घरात गोपिकाबाई आणि स्वप्नाली अशा दोघीजणीच होत्या. ही संधी साधून गोपिकाबाई स्वप्नालीला म्हणाल्या, "स्वप्नी देखिले जे जे, ते ते सांगे तुला सखे.''

"बाईसाहेब, पुन्हा स्वप्न पडलं वाटतं?'' स्वप्नालीनं विचारलं.

"पडणार नाही तर काय?'' गोपिकाबाई म्हणाल्या, "नवरोजीराव रोज कुठं कुठं जाऊन नाही नाही ते धंदे करतो. मला मात्र ते सगळं, रात्री माझ्या स्वप्नात बघावं लागतं. त्यांचं वर्तन सुधारेपर्यंत मला अशीच स्वप्नं पडत राहणार. माझ्या नशिबी हे असलंच बघणं आहे. त्याला कोण तरी काय करणार? भोग कुणाला चुकला आहे काय?''

"कालच्या स्वप्नात तुम्ही काय पहिलंत?'' स्वप्नालीनं विचारलं.

“तेच ग! नेहमीचंच!” गोपिकाबाई तिला म्हणाला, “मिष्टान्न सोडुनिया गोमय खाण्यास आवडे पुरुषां!”

“म्हणजे गोविंदरावांची दुसरी एखादी भानगड तुम्हांला तुमच्या स्वप्नातून कळली की काय?” स्वप्नालीनं विचारलं.

“त्याशिवाय दुसरं काय दिसणार?” गोपिकाबाई म्हणाल्या.

“तर मग मजप्रत स्वप्नवृत्तांत कथन तरी करा. मनाला तेवढंच हलकं वाटेल.” स्वप्नाली म्हणाली.

“तू खरं म्हणजे माझी जिवाभावाची सखी आहेस कामवाली हे आपलं पगारापुरतं!” गोपिकाबाई म्हणाल्या, “बस अशी माझ्यापाशी.”

गोपिकाबाईनी गोविंदरावांच्या भानगडीचं संपूर्ण स्वप्न, स्वप्नालीला सांगितलं. ते श्रवण केल्यावर स्वप्नाली म्हणाली, “पुरुष वाटतात किंवा दिसतात तेवढे खरोखर जंटलमन नसतात. खरं म्हणजे जंटलमन हा शब्दच चुकीचा आहे. तो जंटलवुमन असा पाहिजे. सभ्यपणाचा आणि पुरुषांचा काही तर संबंध आहे काय? असं स्वत:ला जंटलमन म्हणवून घेऊन सभ्य थोडंच होता येतं? ज्याप्रमाणे कावळ्यानं मोराची चार पिसं लावली तर तो मोर होत नाही त्याप्रमाणे.”

सगळं स्वप्न सांगून झाल्यावर गोपिकाबाई हुश्शोद्‌गार काढून म्हणाल्या, “स्वप्नाली ग, माझ्यासारख्या साध्वी स्त्रीला अशा नवऱ्याबरोबर संसार करावा लागतो बरं! मागल्या जन्मीचं पाप! दुसरं काय?”

एवढं झाल्यावर गोपिकाबाई म्हणाल्या, “बरं का स्वप्नाली, मी मारुतीला जाऊन येते. शनिवार आहे ना?” गोपिकाबाई गेल्या. सुकुमारसुद्धा गोविंदरावांच्या कसल्यातरी कामाला बाहेर गेला. घरामध्ये गोविंदराव आणि स्वप्नाली असे दोघेजण होते. गोविंदराव आराम खुर्चीवर पहुडलेले होते. स्वप्नाली तिथं आली आणि म्हणाली, “साहेब महोदय, निवांत बसलात वाटतं?”

“होय” गोविंदराव म्हणाले, “काही काम आहे काय?”

“काम तसं काही नाही. पण थोडंसं कथाकथन करावं म्हणते. श्रवण करण्याची तुमची इच्छा आहे ना?” स्वप्नालीनं विचारलं.

“कथाकथन ना? अवश्य कर. बसल्या बसल्या ऐकतो.” गोविंदराव म्हणाले.

“बरं का एका गावामध्ये वसंतराव नावाचे एक गृहस्थ राहत होते. त्यांचं वय पंचेचाळीस वर्षांचं होतं. तरीही ते कमालीच्याबाहेर स्मार्ट, उमदे, रुबाबदार दिसत होते. त्यामुळे त्यांचं वय खाडकन् पंधरा वर्षांनी कमी वाटायचं. त्यांच्या बायकोचं नाव वासंती असं होतं. वासंतीसुद्धा जवळ जवळ तेवढ्याच वयाची होती. तरीही ती देखील इतकी स्मार्ट, सुंदर, तरुण दिसायची की, तिला नुकतंच

सत्ताविसावं संपून अठ्ठाविसावं लागलं आहे असं पाहणाऱ्याला वाटावं.''

"अरे वा! फारच चिरतरुण जोडपं दिसतंय.'' गोविंदराव म्हणाले, "पुढं काय झालं?''

"पुढं काय झालं हे मी अजून सांगायचंच आहे.'' स्वप्नाली म्हणाली, "वसंतराव आणि वासंती यांना एक मुलगा होता. त्याचं नाव हेमंत होतं. त्याचं वयसुद्धा बावीस होतं. हेमंतही दिसायला हँडसम, स्मार्ट वगैरे होता. कोणत्याही मुलीनं अगदी सहज प्रेम करावं इतका तो छान छान दिसत होता.''

"शुद्ध बीजापोटी फळे रसाळ गोमटी'' गोविंदरावांना मधेच तुकाराम आठवले.

"तर काय सांगत होते, घरात फक्त तिघेजण! घरातलं वातावरण अगदी मोकळं होतं. वाटेल त्या विषयावर तिघेजण मनमोकळेपणानं गप्पा मारत असत. अगदी प्रेमप्रकरणावरसुद्धा. एकदा काय झालं वसंतराव आणि हेमंत असे पितापुत्र दोघेजण गप्पा मारत बसले होते. हेमंत म्हणाला, "बाबा, आपण राहातो त्या कॉलनीत त्या टोकाला हेरवाडकर राहतात ना, त्यांच्या हेमावर माझं प्रेम आहे. आम्ही दोघांनी लग्न करायचं ठरवलं आहे.'' हे ऐकून वसंतराव आपले चिरंजीव हेमंत याला म्हणाले, "हेमंत, तू हेरवाडकरांच्या हेमाबरोबर लग्न करू शकत नाहीस. कारण ती तुझी 'बहीण' लागते. यात काय ते समजून घे.''

"आलं लक्षात. म्हणजे मिसेस हेरवाडकर आणि...'' हेमंत म्हणाला.

"हेमंत माणसानं 'ता' म्हटलं की ताक भात म्हणून ओळखावं. सविस्तर विचारून, सांगणाऱ्याला अडचणीत आणू नये कळलं?''

"कळलं. चांगलंच कळलं.'' हेमंत म्हणाला. हेमंतानं हेमाचा नाद सोडला. 'बहिणी'शीच कसं लग्न करायचं? हेमंतानं खाजगीत हेमाला तसं सांगूनही टाकलं. बिचारी हेमा तिलासुद्धा वाईट वाटलं. पण भावाशीच कसं लग्न करायचं? म्हणून तिनंही या प्रेमप्रकणावर पडदा टाकला.''

"पुढं काय झालं?'' गोविंदावांनी स्वप्नालीला विचारलं. "हेमतानं दुसरीकडे कुठं सूत जमवलं का?''

"हेमंत तसा धडपड्या तरुण होता. हेमाची फाईल बंद केल्यावर लगेच त्यानं कॉलनीतच राहणाऱ्या मानसी मोगरे या तरुणीवर प्रेम करायला सुरुवात केली. हेमंतसारखा स्मार्ट तरुण प्रेम करायला मिळाल्यावर मानसीही खूश झाली. लग्न लवकर करायला मिळावं म्हणून दोघांनीही भराभर प्रेम उरकून घ्यायला सुरुवात केली. नंतर दोघांनी लग्नाचं ठरवलं.'' स्वप्नाली सांगत होती. हेमंत वसंतरावांना म्हणाला, "बाबा, मी कॉलनीतल्या मानसी मोगरेशी प्रेम करून तिच्याशी लग्न करण्याचं ठरवलं आहे.''

हे ऐकून वसंतराव म्हणाले, "हेमंत पुन्हा एकदा तुला नाराज करावं लागत आहे याचा मलाच खेद होतोय. तू मोगऱ्यांच्या मानसीशीही लग्न करू शकत नाहीस. कारण तीसुद्धा हेमासारखीच तुझी 'बहीण' लागते. म्हणजे नेमकं काय हे तुझ्या लक्षात आलं असेलच."

"आलं लक्षात!" हेमंत रडवेल्या चेहऱ्यानं म्हणाला. तेव्हा त्याला धीर देत वसंतराव म्हणाले, "असा निरुत्साही होऊ नकोस. आणखी ट्राय कर."

हेमंतानं कॉलनीतल्याच शैला शेजवलकरवर प्रेम सुरू केलं. प्रेम मॅच्युअर होत होत लग्नापर्यंत येऊन ठेपलं."

"या लग्नाला तरी वसंतरावांनी परवानगी दिली का?" मधेच गोविंदरावांनी स्वप्नालीला विचारले.

"नाही ना!" स्वप्नाली म्हणाली, "शैला शेजवलकरसुद्धा हेमंताची तसलीच 'बहीण' निघाली. पुढं आणखी दोन मुलींवर प्रेम करून झालं. एक होती मृणालिनी मनाळीकर आणि दुसरी सरिता साल्पेकर.

"बिचारा हेमंत!" गोविंदराव चुटपुटले. ते पुढं म्हणाले, "स्वप्नाली पुढं काय झालं? प्रत्येक मुलगी त्याची 'बहीण'च म्हणजे फारच झालं."

"शेवटी वैतागून हेमंतानं आईला ती एकटी असताना गाठलं आणि तिला पंचकन्यांचा इतिहास सांगितला. या पाचही कन्यका आईच्या चांगल्या माहितीच्या होत्या. एकाच कॉलनीत राहणाऱ्या असल्यामुळे माहितीच्या असणं स्वाभाविक होतं."

हेमंत आईला म्हणाला, "आई गं, कॉलनीमधल्या कोणत्याही मुलीवर प्रेम करून लग्न करण्याचं ठरवलं की ती कार्टी नेमकी माझी 'बहीण' निघते. आतापर्यंत पाच 'बहिणी' सापडल्या. माझ्या नशिबात प्रेयसी आणि पत्नी यांच्या ऐवजी 'बहिणी'चाच कळप दिसतोय. बाबांनी कॉलनीत अशा किती 'बहिणी' निर्माण करून ठेवल्या आहेत?"

तेव्हा वासंती - हेमंताची आई त्याची समजूत घालत म्हणाली, "हेमंता, तू पाचजणींवर प्रेम केलंस ना? त्यातली तुला सर्वांत जास्त आवडलेली जी असेल तिच्याशी तू खुशाल लग्न कर."

"अगं पण बाबांच्या म्हणण्याप्रमाणे त्या माझ्या बहिणी आहेत ना?" हेमंत वैतागून म्हणाला.

"हे बघ, त्या मुली जरी 'ह्यां' च्या मुली असल्या तरी त्या तुझ्या तशा 'बहिणी' मुळीच नाहीत."

"ते कसं काय?" हेमंतानं चक्रावून विचारलं.

"अरे, तू मला ह्यांच्यापासून झाला नाहीस. म्हणून त्यापैकी कुणीही तुझी

बहीण नाही.'' वासंतीनं योग्य तो खुलासा केल्यावर हेमंताला धीर आला.

''साहेब, कथा कशी काय वाटली?'' स्वप्नालीनं विचारलं.

''फर्मास कथा आहे.'' गोंविदराव म्हणाले, ''तू काही तरी खायला करून आण. तोपर्यंत मी थोडासा आराम करतो.''

स्वप्नाली स्वयंपाकघरात गेली. गोंविदराव डोळे मिटून आरामखुर्चीवर पडले होते. ते स्वत:शी मनातल्या मनात बोलत होते, ''आयला, हल्ली चोरून काहीही करायची सोय राहिली नाही. आपल्या या कॉलनीतल्या कितीतरी जणींना आपण 'कन्यादान' (योग्य शब्द कन्यानिर्माण) केलं आहे. पण हे गोपिकेला कळलेलं दिसतंय. कारण हल्ली माझ्या बाबतीत जे घडतंय ते गोपिकेच्या स्वप्नात जस्संच्या तस्सं दिसतं. सकाळी ते स्वप्न गोपिका स्वप्नालीला सांगते आणि स्वप्नाली त्यात आणखी मालमसाला घालून त्याची एक जंक्शन सनसनाटी स्टोरीच तयार करून ती आपल्याला सांगण्याचं काम करते. थोडक्यात काय तर मी जे जे केलं ते ते मला कथारूपानं ऐकवते.''

अशा आणखी काही घटना घडल्या. गोविंदरावांच्या घटना गोपिकाबाईंच्या स्वप्नात आणि गोपिकाबाईंच्या घटना गोविंदरावांच्या स्वप्नात असा नित्य-क्रमच होऊन बसला होता. कथारूपानं पात्रांची नावं बदलून, सांगण्याचं काम सुकुमार आणि स्वप्नाली यांना करावं लागत असे. ते दोघे बिचारे नोकरी समजून हे करत होते. दोघांनाही मनातून वाटायचं की, गोविंदरावांनी आणि गोपिकाबाईंनी परस्पराना न कळत चोरून अनैतिक गोष्टी करू नयेत. लग्नाच्या पवित्र बंधनानं दोघे बांधले गेले आहेत. असं स्वैराचारी वागणं दोघांनाही शोभून दिसत नाही. त्यांनी यापुढं तरी असलं वागणं सोडून द्यावं.

परंतु गोविदरावांना आणि गोपिकाबाईंना एकमेकांची कुलंगडी स्वप्नात बघण्याची चटकच लागली होती. परमेश्वरच त्यांना सुबुद्धी देवो! सुकुमार आणि स्वप्नाली मात्र कंटाळले. परिस्थितीनं नाडले होते म्हणून राहिले होते. दोघांनी तिथली नोकरी सोडली. एका श्रीमंत धार्मिक प्रवृत्तीच्या सज्जन पतिपत्नीकडे दोघांना चांगली नोकरी लागली. वर्तमानपत्रं, पुस्तक, पोथ्या वाचून दाखवणं, धार्मिक कामाला मदत करणं, देवळात जाणं, कथा कीर्तनाला जाणं असली कामं दोघांना होती. श्रीमंत दोघांवर खूश होते. सुकुमार आणि स्वप्नाली यांचं लग्नही शेठजींनी थाटात लावून दिलं. सुकुमार आणि सौ. स्वप्नाली म्हणाली, ''ते जोडपं पहा आणि हे जोडपं पहा!''

***

.५.

कथा मार्गदीपिका

दीपिका या शब्दाला यथार्थदीपिका, भावार्थदीपिका अशी थोर परंपरा आहे. म्हणून प्रस्तुत पुस्तकालाही, 'कथा-मार्ग दीपिका' असं नाव देणार आहे. या पुस्तकात कथेचे कोणकोणते प्रकार आहेत याचं विवेचन केलं जाणार आहे. मार्गदर्शनही करण्यात येईल. कोणती कथा कशा प्रकारची असावी याविषयी योग्य ती माहिती दिली जाणार आहे. सर्वांचा नीट अभ्यास केल्यावर तुम्हीसुद्धा कथा लिहू शकाल. त्यासाठी तर हा प्रपंच आहे.

हल्ली प्रत्येक गोष्ट शिकवावी लागते. अमेरिकत हे फॅड फार आहे. 'मित्र कसे मिळवावेत' हे डेल कार्नेजीचं पहिलं पुस्तक. तिथून सुरुवात झाली. अमुक कसं करावं, तमुक कसं करावं, (मूळ इंग्लिश : हाऊ टु डू अमुक,हाऊ टु डू तमुक) अशी अनेक पुस्तकं 'हाऊ टू' मालिकेत निघतात. सतत मोटारीतूनच जायची सवय असल्यामुळे पुष्कळ अमेरिकन लोक पायी चालण्याचं विसरले असावेत, अशी व्यावसायिक दृष्टी ठेवून कल्पना करणाऱ्या एका हुशार अमेरिकनानं 'हाऊ टु वॉक' असं पुस्तक लिहिलं म्हणे. त्या पुस्तकाचा प्रचंड खप झाला म्हणे. 'चालावं कसं?' दैनंदिन जीवनातली महत्त्वाची गोष्ट आहे ही. आपण रोज चालतो ते, च्यायला (मूळ इंग्लिश : टु हिज मदर) काय चालणं आहे? चुकीच्या पद्धतीनं चालतोय. हे पुस्तक घेऊन शास्त्रशुद्ध पद्धतीनं चालायला शिकलं पाहिजे, असं अमेरिकनांना वाटलं. म्हणून त्यांनी हे पुस्तक विकत घेतलं. 'हाऊ टु वॉक'मध्ये बहुधा असं लिहिलं असेल.

'मनुष्य हा एकच प्राणी असा आहे की तो जमिनीशी उभा

आहे. (परपेंडिक्यूलर - भूमितीतील 'लंब' - जमिनीशी काटकोन करणारा) बाकी सर्व प्राणी आडवे (हॉरिझांटल) आहेत. घोडा, बैल, गाय, म्हैस, गाढव वगैरे. हे प्राणी चतुष्पाद असतात. हे प्राणी कारनं, ट्रेननं, विमानानं प्रवास करत नसल्यामुळे ते फक्त पायांनीच चालतात. त्यामुळे त्या प्राण्यांना, हाऊ टु वॉक, हे चांगलं माहीत असतं. मोटरकारपूर्व 'प्राचीन' काळात माणसांनाही पायांनी चालण्याची सवय होती. परंतु मोटरकारोत्तर काळात मनुष्य हळूहळू चालणं विसरू लागला. शास्त्रीय पद्धतीनं जर पावलं टाकली नाहीत तर, पाऊल वाकडं पडण्याची दाट (नुस्ती दाट कसली? घनदाट) शक्यता असते. याचं ताजं ढळढळीत उदाहरण म्हणजे अमेरिकेचे राष्ट्रपती बिल क्लिंटन यांचं पाऊल कसलं सणसणीत वाकडं पडलं होतं. पुढचा सगळा इतिहास आता साऱ्या जगाला तोंडपाठ झाला आहे.

'हाऊ टु वॉक' मध्ये असं लिहिलेलं असावं. प्रथम सरळ उभे राहा. उजवं पाऊल सुमारे पाऊण ते एक फूट पुढं टाका. मग डावं पाऊल, पुढं गेलेल्या उजव्या पावलाच्याही पुढं सुमारे पाऊण फूट टाका. मग पुढं गेलेल्या उजव्या पावलाच्याही पुढं सुमारे पाऊण फूट डावं पाऊल टाका. असंच एकसारखं करत राहा. यालाच 'टु वॉक' असं म्हणतात. आपल्या देशाचे पहिले राष्ट्रध्यक्ष वॉशिंग्टन, नंतरचे एक अध्यक्ष जेफरसन, नंतरचे आणखी एक राष्ट्रध्यक्ष लिंकन हे सर्व पूर्व राष्ट्राध्यक्ष घोड्यावर बसलेले नसायचे तेव्हा चालतच जायचे. नंतरचे एक अध्यक्ष रिडर्च निक्सन आणि सध्याचे अध्यक्ष बिल क्लिंटन हे दोघे मात्र, हाऊ टु वॉक विसरले. नाही तर आज बिल क्लिंटनसुद्धा वॉशिंग्टन, जेफर्सन, लिंकन यांच्या पंक्तीला जाऊन बसले असते. असो. मुद्दा कुणी कुठं बसायचं हा नाही. पुस्तकं वाटेल त्या विषयांवर निघतात हा आहे.

हे लक्षात घेऊनच मीही एक 'हाऊ टु' धर्तीचं पुस्तक काढायचं ठरवलं आहे. माझ्या 'हाऊ टु'चा विषय आहे. 'कथालेखन' - हाऊ टु राईट स्टोरीज. कथा कशा लिहाव्यात. हल्ली कथा वाङ्मय खूप प्रगत झालं आहे. नुस्ती कथा म्हणून चालत नाही. कथा या एका साहित्य प्रकाराचेच पंधरा वीस पोट विभाग आहेत. ही संख्या आणखीही वाढत जाईल. कारण कथा हा साहित्यप्रकार जीवनातल्या अनेक गोष्टींना व्यापणारा आहे. म्हणून कथालेखनावरच एक पुस्तक लिहिण्याचा संकल्प सोडला आहे. पुस्तक मोठं होणार आहे. होणारच. दुसरीकडची कथा नमुना म्हणून उचलायची आणि पुस्तकात घालायची. पुस्तक आपोआपचं मोठं होईल. या संकल्पित पुस्तकाचा एक आराखडा मी तयार केला आहे. तो आराखडाच मी इथं सादर करणार आहे. त्यावरून पुस्तकाची कल्पना येईल. आता तो लेखक या नात्यानं मी लिहायला लागतो.

कथा-मार्ग दीपिका संकल्पित पुस्तकाचा आराखडा

दीपिका या शब्दाला यथार्थदीपिका, भावार्थदीपिका अशी थोर पंरपरा आहे. म्हणून प्रस्तुत पुस्तकालाही, 'कथा-मार्ग दीपिका' असं नाव देणार आहे. या पुस्तकात कथेचे कोणकोणते प्रकार आहेत याचं विवेचन केलं जाणार आहे. मार्गदर्शनही करण्यात येईल. कोणती कथा कशा प्रकारची असावी याविषयी योग्य ती माहिती दिली जाणार आहे. सर्वांचा नीट अभ्यास केल्यावर तुम्हीसुद्धा कथा लिहू शकाल. त्यासाठी तर हा प्रपंच आहे.

प्रास्ताविक : 'कथा' हा साहित्य प्रकार, सर्वांत प्रथम निर्माण झाला. जगात कुठेही जा. 'कथा'च प्रथम निर्माण झाली. आदिम कथा अगदी साधी दहा वीस शब्दांची असेल. पण तिच्यात कथेची मूल्यं आहेत. आदिम, मूल्य हे शब्द मुद्दाम वापरले आहेत. त्यामुळे लेखनाला एक प्रकारचा अनामिक दर्जा प्राप्त होतो. आदिम कथा अशीही असू शकेल.

'मी गेलो. हिंडलो, बाण मारला. बकरी मिळाली. आणली. खाऊ या.'

झाली की कथा. आदिमानव शिकारीला गेला होता, शिकार मिळाली वगैरे जे घडलं ते त्यानं त्याच्या स्त्रीला (बायकोला म्हणता येणार नाही. कारण त्या काळात लग्नसंस्था निर्माण झाली नव्हती.) काही तरी घडलं, काही तरी पाहिलं किंवा काही तरी ऐकलं आणि ते कुणाला तरी सांगितलं. हे जे सांगणं आहे ना, ते कथा या साहित्य प्रकाराचं बीज आहे. घडलं-सांगितलं - झाली कथा.

पाहिलं-सांगितलं- झाली कथा.

ऐकलं-सांगितलं-झाली कथा. यावरून कथा हा साहित्य प्रकार उत्स्फूर्तपणे निर्माण झाल्याचं दिसून येईल.

कथा कशी निर्माण होते, तिचं अगदी आदिम स्वरूप काय होतं हे आपण पाहिलं आहे. इथून कथा साहित्य कसं कसं विकसित होत गेलं. ते आगामी पुस्तकाच्या या आराखड्यातून पाहू या. आदिम कथा पुन्हा सांगत आहे.

आदिम कथा

आपण काहीही किरकोळ किंवा महत्त्वाचं केलं तर ते दुसऱ्याला सांगणं म्हणजे कथन करणं. हे कथन करणं आहे ना त्यालाच साहित्यात 'कथा' असं म्हणतात. आदिम माणसाची कथा अलंकृत नसेल पण तिच्यात कथेची बीजं नक्की आहेत. आदिम कथेचा नमुना आपण आताच पाहिला आ

कथा

कथा ही मोठी असते. बरंच काही घडलेलं असतं. ते कथेत कोंबून कोंबून भरायचं असतं. जे काही घडलं असेल ते अवांतर गोष्टी घालून वाढवत जायचं. काही बाही सांगत गेलं की कथा आपोआपच मोठी होत जाते. कथा मोठी झाली की, वाचकांनाही समाधान मिळतं. समाधान अशासाठी असतं की, ती मोठी कथा वाचता वाचता झोप कधी लागली हे कळतसुद्धा नाही. म्हणून तर काही साहित्यिक मुद्दाम मोठी कथा लिहितात. ती कथा वाचता वाचताच झोप लागल्यामुळे ती चांगली की वाईट हे सांगायला वाचक जागा नसतो. काही काही वाचक तर मोठ्या कथा, झोप यावी म्हणून मुद्दाम वाचायला घेतात.

अशा कथांतून भाकड मजकूर बराच असतो. उदाहणार्थ, 'घड्याळात साडेपाच वाजले होते. बघता बघता अर्धा तास कधी गेला हे कळलंसुद्धा नाही. आता सहा वाजतील. सहासुद्धा सहाच्या वेळेलाच वाजणार? तू सव्वासहा वाजता सहा वाज, असं सांगून सहाला चालणार नाही. शिवाय सव्वासहा, सहाला म्हणेल, स्वत: पंधरा मिनिटे उशीरा येऊन माझ्या वाजण्यावर आक्रमण करतोस काय? मी विचार करत बसलो होतो. सहा वाजता ती येणार होती. समोरच्या झाडाकडे पाहिलं. एकेक पान गळत होतं. माणसाचं आयुष्यही तासांच्या आणि दिवसांच्या पानांनी सतत गळतच असतं. निसर्गाचा नियमच आहे तो. सहाला तीन मिनिटं आहेत. ती आता ऐवढ्यात येईल...' आता तुम्ही जे वाचलं ना, त्यातले सगळे शब्द घ्या, ते ऐका फडक्यात घाला ते सगळे बदाबदा खाली पडतील आणि 'सहा वाजायला आले; ती एवढ्यात येईल.' एवढेच शब्द फडक्यात शिल्लक राहतील. परंतु एवढ्या सहा शब्दात सांगून झालं तर कथा लांबवायची कशी, ताणायची कशी? म्हणून मधून सिच्युएशन्स तयार करून त्या तिथं घुसडायच्या असतात. आणखी एक नमुना :

'आकाश निरभ्र होतं. (पावसाळा असेल तर अभ्राच्छादित होतं.) गार वारा सुटला होता. (चुकून वारा गार सुटला होता, असं अनवधानानं लिहिलं तर खपून जाईल. कारण भाकड वर्णनं इतक्या बारकाईनं वाचतोय कोण?) पक्षी आकाशात विहार करत होते. दुरून आगगाडी चालल्याचा आवाज येत होता. तर जवळच्याच घरातून व्हायोलिनचे मंजुळ स्वर कानावर पडत होते. ऐकून कान तृप्त झाले. बऱ्याच दिवसांनी हे स्वर कानावर पडत होते.'

सर्वसाधारण कथा अशा प्रकारे वाटेल, तशी वाढवता येते. 'भिंतीवरच्या घड्याळाचा लंबक डावीकडून उजवीकडे, उजवीकडून डावीकडे हालत होता. (हे पाच-सहा वेळा लिहावं) टी-पॉयवर आजची वर्तमान पत्रं होती. फिल्मफेअरचा अंकही होता. हॉलच्या खिडकीत एक चिमणी बसली होती.'' लंबक, वर्तमानपत्रं, चिमणी यांच्यावाचून काही नडलं होतं का? चिमणी बसली तर बसू दे की! कथेत

कशाला आणायची? कशाला म्हणजे? कथेची लांबी वाढवायला. आतापर्यंत कथेचा गाभा हाताशी आलाच नाही. हे असंच असतं. कथा म्हटली कथा कमी कंथा जास्त!

लघुकथा

वर कथा हा प्रकार सांगितला आहे ना, तसाच प्रकार. पण फापटपसारा कमी करायचा. बाग, आकाश, समुद्र वगैर काटछाट करून जे काही सांगायचं ते त्या मानानं थोडक्यात सांगा. खिडकीत चिमणी बसली असेल तर बसू दे. ते लघुकथेत सांगू नका. भिंतीवर लंबक नसलेलं घड्याळ लावा. हॉलमध्ये वर्तमानपत्रं असेनात का? यादी कशाला सांगत बसता. उकडत असेल तर पंखा सुरू करा. आज किती गरम होतंय, थंड पाण्यानं अंघोळ करावीशी वाटतं. शॉवरखाली बसावं वाटतं. तरी पुन्हा उकडणारच. असलं तर काही लिहून पाल्हाळ लाऊ नका. प्रेम वगैरे आटोपशीर पद्धतीनं उरका.

"अभिजित माझं तुझ्यावर प्रेम आहे" सुप्रिया.

"सुप्रिया, माझंही तुझ्यावर प्रेम आहे."

"अभिजित परंतु दोन्ही घरांचा लग्नाला विरोध. यामधून मार्ग कसा काढायचा?"

"आई, माझं अभिजितवर प्रेम आहे. मी अभिजितशीच लग्न करणार."

"बाबा, माझं प्रेम सुप्रियावर आहे. मी सुप्रियाशीच लग्न करणार."

लगेच अभिजित आणि सुप्रिया यांना रजिस्टर पद्धतीनं लग्न करायला पाठवून द्या. लग्न झाल्यावर दोघेही जोडप्यांनी दोघांच्या आईवडिलांच्या पाया पडतात आणि म्हणतात, "झालं गेलं विसरून जा. आम्हाला आशीर्वाद द्या."

"एका अटीवर आशीर्वाद देऊ" दोन्ही आईवडील म्हणाले, "आम्ही एक वर्षात आजोबा आजी झालो पाहिजे." संपली लघुकथा.

लघुकथा फारच लघु झाली असं वाटलं तर एकदोन ग्लास वर्णनानं पाणी घालून ती वाढवा. त्या दोघांना बागेत नेऊन बसवा किंवा चांदण्या रात्री जवळपास फिरवून आणा. (फार लांब पाठवू नका. हल्ली मवाली, गुंड फार झाले आहेत.) त्या ठिकाणी चारदोन तेच ते डायलॉग टाका.

"चांदणं किती छान पडलं आहे."

"चंद्र बघ आपल्याकडे बघतो आहे."

"शुक्राची चांदणी स्मित करते."

"वारा पण गार सुटला आहे."

"युगानुयुगं तुझ्या गळ्यात गळा घालून बसावं असं मला वाटतं."

'मलासुद्धा डिट्टो तुझ्यासारखंच वाटतं.' असले रेडिमेड डायलॉग टाकले

की, लघुकथा तोकडी वाटत नाही. जरा आकार घेते. लघुकथा नेमकी केवढी असावी याबद्दलचं एक इंग्लिश मोजमाप देत आहे.

Short story is like a skirt Sufficient to cover the subject matter but short enough to be exiting.

लघुकथेचं झकास मोजमाप आहे, हे लक्षात येईल. यास अनुसरून लघुकथा लिहावी.

लघुतम कथा

कमीत कमी शब्दांत सांगितलेली कथा म्हणजे लघुतम कथा. असली कथा जितकी लहानात लहान तेवढी उत्तम. लघुतम कथेला पाल्हाळच काय जरा जास्त शब्दसुद्धा चालत नाहीत. साधारणपणे सूत्रमय पद्धतीनं सांगितलेली असते. तरीही ती परिणामकारक म्हणतात ना तशी असावी लागते. अशा लघुतम कथेचा एक प्रतिनिधिक नमुना बघा.

'एक होती म्हातारी. ती तिसऱ्या वर्षीच मेली.'

झाली लघुतम कथा. म्हातारी हा शब्द आल्यामुळे ही म्हातारीची गोष्ट आहे. ती अल्पायुषी होती. म्हणून तिसऱ्या वर्षीच मेली. ईश्वरेच्छा बलीयसी! दुसरं काय?

लघुतम कथेत आणखी एक प्रकार आहे. कमीत कमी शब्दात पुष्कळ आशय व्यक्त करायचा. त्याचाही एक नमुना पाहा.

'माझ्या राज्याचा वारसदार असलेल्या माझया पणतूचा मुलगा राज्यावर बसलेला मला पाहायला मिळू दे. हा वर देवा मला दे.' देव प्रसन्न झाल्यावर एका सामान्य माणसानं हा वरकरणी एकच वर मागितला. देवसुद्धा चक्रावून गेला. 'तथास्तु' असं म्हणणं भागच पडलं. मूळचा ऑर्डिनरी माणूस. तो राजा झाला. राजघराणं पणतूपर्यंत तर चालूच त्याशिवाय पणतूचा मुलगा राज्यावर बसल्याचं ह्यानं पाहायचं. म्हणजे केवढं दीर्घायुष्य लाभलं! कथेचा असाही प्रच्छन्न-आशय प्रकार असतो.

प्रेमकथा

कुळकर्ण्यांची कुसुम आणि जोश्यांचा जयंत यांचं प्रेम जमलं आहे. मुंबईतल्या एकाच चाळीमध्ये राहात असल्यामुळे सहज जमत गेलं. तिथंच त्या चाळीत देशपांड्यांचा दिनू राहात होता. प्रेमाच्या बाबतीत तो अजून उपाशी होता. तरीही तो प्रयत्नशील होता. दाणेकरांच्या दमयंतीवर त्याचं, त्याच्यातर्फेचं पन्नास टक्के प्रेम होतं. परंतु दमयंती, बादली घेऊन एकसारखी चाळीतल्या नळावरच असायची.

पुराणकालीन दमयंतीपासून सगळ्या दमयंतीना तो नळ किंवा हा नळ का आवडतो हे सांगता येणं कठीण अहे. त्यामुळे देशपांड्यांच्या दिनूला कसं तरीच होतं. मग मनाला विरंगुळा म्हणून त्यानं प्रेमपत्र लिहायला घेतली.

प्रिय दमू (दमयंती नावाचं लाडकीकरण)

मी तुला पहिल्यांदा आपल्या नळाशी पाहिलं तेव्हा, लव्ह ॲट फर्स्ट साईट म्हणतात तसं मला झालं. तू नेहमी बादली घेऊन येतेस. तुला माझ्यापेक्षा नळात अधिक पाणी आहे असं वाटतं काय? दमू, मला दमवू नकोस. रात्री स्वप्नातसुद्धा तूच दिसतेस हे पत्र वाचून तू तुझी अवस्था कळव. मीही तुझ्या स्वप्नात येत असल्यास तसं एक प्रेमपत्र पाठवून कळव. नळावर तू जाताना मी हळूच हे पत्र देत आहे. तुझं उत्तरही तूही याच हळूच पद्धतीनं दे, दमू, मुख्य म्हणजे मी प्रेमाच्याबाबतीत बराच घाबराट आहे. समज तुझं माझ्यावर प्रेम नसलं तर तसंच लगेच मुकाट्यानं कळव. चाळभर जाहिरात करू नको. शेवटी मला याच चाळीत आयुष्य काढायचं आहे. तुझा होकारेच्छू दिनू.

दमयंतीने त्याच पद्धतीने पत्र लिहिलं.

प्रिय दिनूड्या (चाल : राजूड्या)

'तू कित्ती कित्ती रे मनकवडा आहेस? अगदी माझ्या मनातलं प्रेम तू बरोबर ओळखलंस. माझंसुद्धा तुझ्यावर खूप खूप प्रेम आहे. तू आणि मी लपत छपत दूर दूर दूर क्षितिजापर्यंत जाऊ. तिथं क्षितिजावर बसून (म्हणजे नेमकं कुठं बसणार?) युगानुयुगं प्रेम करू या. आपण नळापाशी प्रेमपत्रं देत जाऊ या. सदैव तुझीच दमयंती - तुझी लाडकी दमू.'

दिनू आणि दमयंती यांचं प्रेम शुक्लपक्षातील चंद्राप्रमाणे वाढू लागलं. चोरून खाणाखुणा, गाठीभेटी होऊ लागल्या. 'तुझ्याशिवाय मी क्षणभरही जगू शकणार नाही' या वाक्याचा उच्चार दोघांनीही केला. लग्नाच्या आणाभाका झाल्या. आपलं प्रेम पवित्र आणि महन्मंगल आहे, असंही एकमेकांना सांगून प्रेमाची प्रतवारी सांगितली. घरातून विरोध झाला. दिनूचे वडील म्हणाले, "प्रेमविवाह म्हटलं की हुंडा बुडणार. ते काही नाही. मी तुझ्यासाठी खळदकरांची अंबू पाहून ठेवली आहे. काळ्यांच्या कृष्णीपेक्षा रंगानं उजळ आहे. तिचे वडील दहा हजार हुंडा आणि दोन्ही अंगी खर्च करून लग्न करून द्यायला तयार आहेत."

परंतु दिनू म्हणाला, "बाबा, दमयंतीवरून तुमच्या त्या हजार काळुंद्र्या ओवाळून टाकल्या तरी दमयंतीची सर येणार नाही. बाबा आमच्या लग्नाच्या गाठी ब्रह्मदेवानेच बांधून ठेवल्या आहेत. आमचं प्रेम हे विशुद्ध म्हणतात. त्या वर्गात मोडणारं आहे. शिवाय ते परमपवित्र आणि महन्मंगल आहे. एवढचं नव्हे तर ते

दिव्य आणि चिरंतन वगैरेसुद्धा आहे.''

शेवटी विरोधाचं वादळं संपलं. दिनू आणि दमू यांचं लग्न झालं. उभयता सुखानं नांदू लागले. प्रेमकथा साधारण पद्धतीनं लिहावी. प्रत्यक्ष त्या पोरीचं प्रेम असलंच पाहिजे असा आग्रह नसतो. तिचं आपल्यावर आणि आपलं तिच्यावर प्रेम आहे असं गृहीत धरून प्रेमकथा लिहावी. त्यामुळे काल्पनिकरित्या वाटेल तशी वळवता येते.

ऐतिहासिक कथा

''महाराज, आज्ञा असेल तर दौलतीचे कामकाजास सुरुवात करावी काय?'' चिटणीसांनी महाराजांना मुजरा करून विचारले आणि महाराजांच्या आज्ञेची प्रतीक्षा करीत तेथेच खडे राहिले.

''दरबार सुरू करावा. महत्त्वाचे जे असेल ते अव्वल क्रमाने घ्यावे. रयतेची काही तक्रार, फिर्याद, गाऱ्हाणे असलेस ते आधी घ्यावे. तसे काही असलेस आमचे सामने हाजिर करावे. फैसला, न्यायनिवाडा याच दरबारी जल्दी केला जाईल.'' महाराज म्हणाले.

''एक स्त्री फिर्याद संगती घेऊन आली असे. सदर्हू स्त्री लग्न झालेली असून घरसंसार करणारी गृहस्थी आहे. बाईचा नवरा शेतामध्ये मजुरी करणार गरीब आहे. त्या भागातील वसुली अंमलदार सुभानराव शेरतुकडे याने बाईशी अनैतिक व्यवहार बळजबरीने करणेचा सतत प्रयत्न केला. एवढ्या समयी तिचा नवरा आला. नवऱ्यास जीवे मारणेची धमकी दिली असे सदर्हू स्त्री म्हणते.''

''सामने हाजिर करा.'' महाराज.

''तुम्हाप्रत अभय आहे. तुम्ही माझे लेकीप्रमाणे आहात. आम्ही तुमचे वडील आहोत. आता जे जे येथे सांगितले ते ते खरे आहे काय?'' महाराज.

''महाराज, खंडोबारायाची आनि तुळजाभवानीची आन घेऊन सांगते, समदं खरं हाय.''

''ठीक आहे! हंबीरराव, चार तगडे सैनिक पाठवून सुभानराव शेरतुकडे यास जेरबंद करोन दरबारामध्ये आमचे सामने खडे करा. आता म्लेंच्छांचे राज्य खत्म जाहले असे. सारी रयत हिंदवी स्वराज्यात आहे. रामराज्य व्हावे ही श्रींची इच्छा होती, ती फळाला आली. स्वराज्यात माताभगिनीवर अत्याचार करणाऱ्याची गाढवावरून धिंड काढून म्हातारा होईपर्यंत कैदखान्यात डांबून ठेवावे. त्याशिवाय जरब बसणार नाही. स्त्री-ती कोणत्याही धर्माची असो. ती आमच्यासहित सर्व रयतेला माता-भगिनी-कन्यासमान आहे याची सक्त जाणीव रात्रंदिन अंतरी बाळगावी.

गैरवेवहार केल्याचे सिद्ध जाहले तर प्रसंगी देहांत शिक्षा देणेसाठी त्यासी तोफेच्या तोंडीही दिले जाईल. हे सर्वांनी ध्यानी धरोन स्त्रियांशी वर्तन करावे.''

ऐतिहासिक कथा बाणेदार झाली पाहिजे. प्रेमकथेसारखी मुळुमुळू बुळुबुळू नसावी. कथा वाचताना बाहू स्फुरण पावले पाहिजेत. मनातील चीड उफाळून वर आली पाहिजे. त्यासाठी ऐतिहासिक कथा लिहिताना ज्यात शौर्य, धैर्य चारित्र्य, दुर्जनांना शिक्षा, प्रजाजन सुखी अशा गोष्टी, असेच प्रसंग, व्यक्ती निवडाव्यात. केवळ ऐतिहासिक आहे म्हणून दुसऱ्या बाजीरावावर लिहू नये. लिहिण्यासारखे होते ते थोरले बाजीराव

पौराणिक कथा

पौराणिक कथा लिहिताना एका गोष्टीचं भान सतत ठेवावं. ते म्हणजे कथेत उर्दू, फारसी शब्द अजिबात आणू नयेत. इंग्लिश शब्दांचं तर नावच काढू नका. पौराणिक कथा मराठीत लिहिणार असलात तरी भाषा संस्कृतप्रचुर असावी. निसर्ग वर्णनसुद्धा संस्कृत धाटणीचं असावं. पौराणिक कथेचा एक नमुना पाहा.

'सर्वत्र रम्य वनश्री होती. आम्रफलानी डवरलेले आम्रवृक्ष, वटवृक्ष, अशोकवृक्ष सर्वत्र होते. अरण्यात सृष्टीदेवाचं हरित मोहक रुप दिसत होते. सर्वपाक सरोवरात हंस जलविहार करत होते. त्या सरोवरात प्रभातसमयी प्रफुल्ल होणारी पुण्डरीक कमळं होती. नील कमळं होती, आरक्तवर्णी कमळं होती. बाजूला सर्वत्र भाताची, यवाची, सातूची शेते होती. सर्वत्र हरित वर्णाचं साम्राज्य होते. विविध वृक्षांवर चक्रवाक, क्रौंच, चकोर, चातक, गरूड, भारद्वाज, मोर, शुक, सारिका, कोकीळ आदी पक्षिगण स्वच्छंदानं विहार करत होते. हरिण बालके इतस्तत: धावत होती. गायी वत्सांना चाटत उभ्या होत्या. बलीवर्द वृक्षाच्या छायेत विश्रांती घेत होते. आकाशातून अनेक पक्षी संचार करत होते.

अशा रम्य, शांत, पवित्र आणि ऋषिमुनींच्या वास्तव्यानं पुण्यशील झालेल्या त्या अरण्यात भगवान मारीच ऋषींचा आश्रम होता. त्या परमपावन आश्रमात परित्यक्ता शकुंतला आपला सुकुमार पुत्र भरत याच्यासह राहत होती. बाल-भरत सिंहाच्या छाव्याबरोबर क्रीडा करत होता. धीटपणे त्यानं सिंहाच्या छाव्याचं तोंड उघडलं. आणि तो म्हणाला, 'जृंभस्व सिंह, दन्तांस्ते गणयिष्यामी' - मुख उघड, मला तुझ दन्त किती आहेत याची गणना करायची आहे. आश्रमातील आश्रमावासिनी भरताला म्हणाली, 'सउंतलावण्यं पखख' - शकुन्त पक्ष्याच्या सौदर्याचं दर्शन घे. शकुन्त या शब्दावरून बालभरताची वंचना झाली. शकुन्त ऐवजी शकुन्तला असं ऐकल्याचा भास त्याला आणि तो पृच्छा करता झाला की, 'कुत्र मे आता?' कुठं

आहे माझी माता. तेव्हा ती म्हणाली, 'नामसादृश्येन वचिन्तः अयं बालः' नावातील साम्यामुळे बालकाची वंचना झाली. पौराणिक कथांचा ढंग असा असावा. संस्कृत शब्द, निसर्ग वर्णन, भरपूर असावेत, पक्षांमध्ये कावळा, चिमणी, कबूतर, घार, गिधाड, कोंबडा, साळुंकी इत्यादी प्राकृत प्राणी मुळीच आणू नये. पौराणिक कथा म्हटलं की, तिथं चक्रवाक, क्रौंच, चातक असलेच पक्षी असले पाहिजेत. याशिवाय पौराणिक कथा या मूळच्या संस्कृत असतात. संस्कृतमध्ये नुस्तं मुख, नुस्ते नेत्र, नुस्ते कर असं म्हणत नाहीत. मुखचंद्रमा, राजीवनेत्र, करकमळ, चरणारविंद असं म्हणतात. म्हणून पौराणिक कथा लिहिताना चंद्रमा, कमळ, अरविंद वगैरेंचाही वापर करावा.

गूढकथा

किर्र्र्र्र (र्र आणखी चार सहावेळा लिहा म्हणजे किर्रला अधिक घनदाटपणा येईल.) अंधार. अमावस्येची रात्र. गावाबाहेरचा जुना, ओसाड, मोडकळीला आलेला देशमुखांचा वाडा. पुढचा दरवाजा कायमचा बंद. दिंडी दरवाजा गंजून गेला. तोही उघडत नाही. दिवसा, बाहेरच्या झाडावरून पाहिलं तर सगळा वाडा भयाण दिसतो. घुशी, उंदीर यांची जागोजाग बिळं होती. कुठल्या तरी बिळातून फण्यावर दहाचा आकडा असलेला नागराज वाळलेल्या पाचोळ्यावरून सळसळ सळसळ (आणखी दहा बारावेळा सळसळ - वाड्याचा आवार मोठा आहे.) करत निघून गेला. वटवाघुळं झाडांना उलटी लोंबकळत होती. मधूनच विचित्र आवाज काढत होती. माडीवर झोपाळा टांगलेला होता. रात्रीच्या वेळी कड्यांचा कुर्र-कुर्र, कुर्र-कुर्र आवाज येत होता. याचाच अर्थ झोपाळ्यावर कुणी तरी बसलेलं आहे. रात्रीचे बारा वाजले की, नाल मारलेल्या वहाणा घालून कुणीतरी चालत असल्याचा आवाज येतो. झोपाळ्याचा आवाज थांबतो. एकदम स्त्रीची किंकाळी! "ओरडू नकोस! तू आणि मी जिवंत असताना, माझी इच्छा तू पूर्ण केली नाहीस. याच झोपाळ्यावर मी तुला जीवे मारलं. नंतर मला फाशीची शिक्षा झाल्यावर माझा आत्माही माझ्या या वाड्यात आला. तुझा आत्माही इथचं आहे. आता मी तुला मुळीच सोडणार नाही! प्रचंड किंकाळी! नंतर वहाणांचा आवाज! देवा रे मला भूतजन्मातून सोडव. देशमुख भूत हेऊन मला रोज रात्री छळतात." असे संवाद, स्वगत भाषणं ऐकू येतात. वाड्याचं दार मोडून आत जाण्याचं कुणाचंही धाडस होत नाही. गावातला गब्रू पहिलवान शड्डू ठोकून म्हणाला, "देशमुख जिता व्हता तवर त्याचा रुबाब व्हता. आता देशमुखाचं भूत झालंय. भुतात काही बी दम नसतो. उगीच लपून छपून भीती दाखवतात. मी स्वोता जातो वाड्यामंदी-अवसेच्या रात्री- बाराच्या ठोक्याला! जाऊन

भेटतो देशमुखाच्या भुताला!''

पहिलवान अवसेच्या रात्री, वाड्याबाहेरच्या झाडावरून उडी मारून आत गेला. एवढ्यात बारा वाजले. वहाणांचा खाड् खाड् आवाज करत देशमुखाचं भूत आलं. आलं म्हणजे काय? नुस्ता आवाज, बोलणं. शरीर दिसत नव्हतंच. देशमुखाच्या भुतानं पहिलवानाला घोळवायला सुरूवात केली. ''अरे ए पहिलवान्या काय म्हणतोस रे भ-टिंबं टिंबं? मी भूत झाल्यावर माझ्यात काही दम नाही होय? ये तुझ्या आयला! दाखवतो काय दम आहे तो.'' असं म्हणून देशमुखाच्या भुतानं, तगड्या बॉडीवाल्या पहिलवानाला उचल की आपट, उचल की आपट असा दणका लावला. काही वेळानं सामसूम! पहिलवान खलास! गावातले लोक म्हणतात आता त्या वाड्यामध्ये आणखी एका भुताची भर पडली. देशमुख, ती बाई आणि आता हा पहिलवान. कुणी म्हणतात की पहिल्या छूट, देशमुखाचा खापरपणजासुद्धा भूत होऊन याच वाड्यात आहे. त्यानं हा वाडा बांधला होता. खापरपणज्याच्या भुताचं वय फार झालं आहे. त्यामुळे त्याच्यात पहिल्यासारखा दम राहिला नाही. नुस्ताच वरच्या माडीवर पडून असतो. गूढ कथा अशा प्रकारे लिहावी. दोन भुतं, चमत्कारिक आवाज, जुना पडका वाडा, अमावस्येची रात्र हे सगळं वातावरण निर्मितीसाठी आवश्यक आहे.

रहस्यकथा

रहस्यकथेचं एक मुख्य सूत्र लक्षात ठेवावं. कथेच्या पाहिल्याच पानावर कुणाचा तरी अकस्मात खून उरकून टाकावा. खुनाला फार उशीर लावू नये. कारण पुढं खुनी कोण याचा घोळ घालण्यासाठी बरेच कागद खर्ची घालावे लागतात. म्हणून खुनाचं मुख्य काम पहिल्याच कागदावर करून टाकावं. नंतर पोलीस इन्स्पेक्टर सरकारी पद्धतीनं शोध करतात आणि डिटेक्टिव्ह धनंजय आणि त्याचा सहाय्यक छोटू त्यांच्या शास्त्रशुद्ध पद्धतीनं शोध सुरू करतात.

वाचकांना हुलकावणी देत राहाणं हेही रहस्यकथेत करायचं असतं. इन्स्पेक्टर काटकुळे मोटार ड्रायव्हरला प्रश्न विचारून विचारून हैराण करतात. तेव्हा वाचकांना वाटतं ड्रायव्हरनं खून केला. तिकडे धनंजयाने बागकाम करणाऱ्या माळ्याला सरळ विचारलेलं असतं की, 'तू मालकांचा खून का केलास?' तेव्हा वाचकांना वाटतं, खून ड्रायव्हरनं केला नसून माळ्यानं केला आहे. नंतरच्या तपासणीत खून माळ्यानं तपासणीत खून माळ्यानंही केला नसून मोलकरणीनं केला आहे. असं वाचकांना फरफटत नेण्यातच रहस्य कथेचं कौशल्य आहे. शेवटी जिथं कथा संपवायची असते तिथं खरा खुनी कोण याचा उलगडा होतो. 'माझे पती म्हणजे साधुसंत होते,

माझे पती धर्मराज होते, माझे पती देवमाणूस होते. अशा देवमाणसाचा खून करून मला विधवा करण्यात त्या खुन्याला कसलं सुख लाभलं असेल. मला कुणा तरी विषाचा पेला आणून द्या. मीही माझ्या पतिदेवाकडे जाते.' बायकोची व्यक्तिरेखा अशी रेखाटलेली असते. त्यामुळे या सती सावित्रीचा, पतिव्रतेचा, साध्वीचा कुणालाच संशय येत नसतो. पण खून या बायकोनंच, तिच्या मित्राच्या मदतीनं केलेला असतो. या दोघांच्या प्रेमात नवऱ्याचा अडथळा होता म्हणून हा खून केलेला असतो. रहस्यकथेचं हे तंत्र आहे. ज्यानं खून केला आहे त्याला असा झाकून ठेवायचा की, खुनाचा पत्ता कथेच्या शेवटच्या पानापर्यंत लागतच नाही. उलट त्या खुनी माणसाची व्यक्तिरेखा सोज्वळ, सज्जन, पापभीरू अशीच मुद्दाम रेखाटली जाते. त्यामुळे वाचकांची फसगत होते. हेच रहस्यकथालेखनाचं खरं रहस्य आहे.

बोधकथा

बोधकथा अस्सल बाळबोध वळणाची असते. कारण त्यातून फक्त बोध घ्यायचा असतो. पक्षी किलबिल करत होते, ओढा झुळुझुळू वाहात होता. मृदू अशा हरित तृणावर पडलेले दवबिंदू बालरविकिरणांनी चमकत होते. असला निसर्गवर्णनाचा फापटपसारा बोधकथेत मुळीच चालत नाही. बोधकथेला गूढ, रहस्य यांचं वावडं असतं. उदाहरण देऊन सांगायचं झाल्यास भात आणि भातावर (मीठ न घातलेलं) गोडं वरण अशा स्वरूपाची बोधकथा असावी. उपमा, दृष्टांत इत्यादी अलंकारही या कथेला आवडत नाही. स्वातंत्र्यपूर्व काळातल्या पांढरी खादीची साडी, खादीचा ब्लाऊज एवढंच - बाकी काही नाही - अशा त्या 'देशभक्तिणी' असायच्या तशी बोधकथा साधी असावी. यातून बोध मात्र नक्की निघाला पाहिजे.

बाळू शाळेत जात होता. थंडीचे दिवस होते. बाळूनं अंगात स्वेटर घातला होता. तिकडून एक गरीब मुलगा आला. तोकड्या फाटक्या चड्डीशिवाय त्याच्या अंगावर काहीही नव्हतं. मुलगा बाळूच्याच वयाचा होता. तो बाळूला म्हणाला, ''थंडी वाजते रे मला.'' खरंच तो थंडीनं कुडकुडत होता. बाळूला त्याची दया आली. त्यानं आपल्या अंगातला पूर्ण बाह्यांचा लोकरी स्वेटर काढला आणि त्या गरीब मुलास दिला. मुलाच्या डोळ्यांमध्ये कृतज्ञतेचे अश्रू दिसू लागले. तो भुकेला होता. दोन दिवसांचा उपाशी होता. त्यानं बाळूकडे खायला मागितलं. बाळूनं दप्तरातून लगेच डबा काढला. आईनं साजूक तुपातला खिसमिस, बदाम, वेलदोडे, केशर घालून केलेला शिरा त्या मुलाला देऊन टाकला. तो शिरा खात असताना त्या मुलाच्या मुद्रेवर कृतज्ञता दिसत होती. रिकामा डबासुद्धा त्यानं त्या मुलाला देऊन टाकला.

घरी आल्यावर बाळूनं घडलेला वृत्तांत सांगितला. तेव्हा बाळूच्या आईनं बाळूची पाठ थोपटून त्याला शाबासकी दिली. ती म्हणाली, ''बाळू गरिबांना अशीच मदत केली पाहिजे.'' आई पुढं म्हणाली, ''कर्णानं कवचकुंडलं काढून दिली होती. हरिश्चंद्रानं स्वप्नातलं राज्यदान खरं करून दाखवलं. शिबी राजानं मांडी कापून मांस दिलं होतं. रघुराजानं मिळविलेलं राज्य विश्वजित यज्ञ करून दान करून टाकलं. दानाला अशी थोर भारतीय परंपरा आहे. तू या परंपरेप्रमाणे वागलास या गोष्टीचा मला अभिमान वाटतो. स्वेटर आणि बदामाचा साजूक तुपातला शिरा देऊन थोर परंपरा पाळलीस. नेहमी गरिबांविषयी सहानुभूती बाळगत जा. गरिबांना सर्व प्रकारची मदत करत जा. सत्कार्याचं पुण्य स्वर्गातल्या बँकेत डायरेक्ट जमा होत असतं.''

बोधकथा अशी असते. सत्कृत्याचा पुरस्कार आणि दुष्कृत्याचा तिरस्कार हा बोध, बोधकथेतून व्हावा.

ग्रामीण कथा

ग्रामीण कथा गावाकडल्या भाषेत लिहायची असते. डायलॉगबाजी बरीच असावी. गावातल्या एका पारावर आठ-दहा गाववाले गावरान गप्पा मारत बसले आहेत. सामान्य विषयच घोळून घोळून बोलत आहेत.

''गनपा, त्ये बग, नदीवर कोन चालली हाय रे? मादुरी दिक्शीत हाय का शिरी देवी हाय?''

''शिरपा, दोगींपैकी कुनीबी न्हाय. ती आहे बजरंग लव्हाराची गोदी. माहेरपणाला आलीया.''

''अरं तिच्यायला!'' सुताराचा सदा, कान कोरण्यानं कानात कोरीव काम करत म्हणाला.

''म्हादा, लव्हाराची गोदी लगीन झाल्यावर डब्बल झाली हाय.'' सख्या कुंमार म्हणाला.

''होनारच की! मी म्हणतो डब्बल का होऊ नये?'' गोविंदा बामन दात कोरण्यानं दात कोरत म्हणाला, ''गोदीजवळ आता दोन जीव हायेत. एक तिच्या काळजात हाय - नेहमीचाच; आन्खिन दुसरा जीव तिच्या पोटात हाय. म्हणून डब्बल दिसतेय.''

''असला पर्कार हाय व्हय? तरीच म्हनलं लव्हाराची गोदी सासरी गेल्या गेल्या एकदम डब्बल होऊन कशी काय आली?'' येश्या धनगर म्हनाला.

''गेल्या गेल्याच डब्बल होऊन आली - म्हंजे सासर मानवलेलं दिसतंय.'' केरबा शिंपी म्हनाला,

"चोळीचं माप द्यायला येईल तवा समजलंच." शिवा धोबी म्हणाला.

हे असंच चालतं. एक मुद्दा घ्यायचा एकानं उलथा करायचा, दुसऱ्यानं पालथा करायचा, तिसऱ्यानं पुन्हा उलथा करायचा, चौथ्यानं पुन्हा पालथा करायचं. असं करत लव्हाराची गोदी डब्बल का झाली यावर तासभर जंक्शन गावरान गप्पा होतात.

शृंगारकथा

शृंगारकथा हळुवार लिहायची असते. त्यात उगीच धसमुळेपणा करून चालत नाही. सगळं कसं नाजूक नाजूक असतं. छोटासा नमुना बघू या. तो मदनाप्रमाणे सुंदर होता म्हणून त्याचं नाव मदन असं ठेवलं. तसंच ती रतीप्रमाणे सुंदर होती म्हणून तिचं नाव रती ठेवलं. दोघांनी यौवनात प्रवेश केला. मदन रतीच्या सौदर्यानं मोहीत झाला तर रती मदनाच्या सौंदर्यानं त्याच्याकडे आकृष्ट झाली. मदनानं रतीला जवळ घेऊन दंतव्रण उमटतील असं चुंबन घेतलं तेव्हा कृतक कोपानं (खोटं खोटं रागावून) रती मदनाला म्हणाली, "किती रे दुष्ट आहेस तू! मी तुझ्याशी बोलणारच नाही."

असं म्हटल्यावर मदन म्हणाला, "तर मग मी इथे थांबत नाही. मी जातोच कसा!" मदन जाऊ लागताच, रती मागोमाग गेली आणि तिनं मदनाला दृढ आलिंगन दिलं. मदनाची विस्तृत छाती आणि रतीचे उन्नत उरोज यांनीही परस्परांना दृढ आलिंगन दिलं. रती लज्जायुक्त स्वरात म्हणाली, "हे मच्चितचोरा माझ्या दुसऱ्या गालावरही दंतव्रण उमटवायचा तुझा दुष्ट बेत दिसतो. तुला काय करायचं ते कर. पण चिमणीच्या दातांनी कोमल व्रण कर. गाल आरक्त दिसू दे परंतु सरक्त मात्र करू नको. मला तुझं कौशल्य बघू दे..."

केवळ नमुना म्हणून एवढं पुरे. शृंगारकथा फार वाढवत वाढवत नेली तर पुत्रजन्मापर्यंत सांगत बसावं लागेल. सभ्यपणाच्या दृष्टीनं ते बरं दिसणार नाही. म्हणून अलं विस्तरेण.

'कथा-मार्गदीपिका'मध्ये आणखीही कथांचे काही प्रकार येणार आहेत. दारिद्र्यकथा, प्रपंचकथा, प्रॉब्लेमकथा, सूडकथा, चौर्यकथा, भ्रमणकथा, भक्तिकथा, शक्तिकथा, आत्मकथा, मस्तकथा, अपराधकथा, प्रवासकथा, युद्धकथा, अध्यात्मकथा असे किती तरी प्रकार आहेत. संकल्पित 'कथा-मार्गदीपिका' या ग्रंथात या सर्व प्रकारच्या कथा निरूपण-विवेचन यासह सांगण्यात येणार आहेत. प्रसिद्धीपूर्व मूल्य - ५०० रुपये. प्रसिद्धीनंतरचे मूल्य - ८०० रुपये, ट.ख.नि. ५२५ रुपये. मनिऑर्डरने किंवा डिमांडड्राफ्टने पाठवा आणि ग्रंथ घरपोच येण्याची, कल्पांतापर्यंत

वाट पहा. त्यापूर्वी ग्राहकांनी कसलाही पत्रव्यवहार करू नये. ग्रंथ मोठा आणि महत्त्वाचा असल्यामुळे साधारण कल्पांताच्या वेळीच प्रसिद्ध होईल. ५२५ रुपयांची पावती नीट जपून ठेवण्यास, प्रत्येक पिढीला, पुढील पिढीस सांगण्याची व्यवस्था करून ठेवावी. कल्पांताच्या वेळी जो वंशज असेल त्यावेळी त्याला त्या पावतीवर 'कथा-मार्गदीपिका' हा ग्रंथ देण्यात येईल.

✳ ✳ ✳

.६.

दहावीचे सुवर्ण महोत्सवी विद्यार्थी

या सर्व सुवर्णमहोत्सवी विद्यार्थ्यांची वये यंदा ६४ ते ६७ अशी आहेत.

त्या सवांची षष्ट्यब्दीपूर्ती अर्थातच झाली आहे. काहीजण नापास होत होत दहावीत आले होते म्हणून काहींच वय ६६, ६७ वगैरे होतं. कुणाच्या तरी डोक्यात ही कल्पना आली. त्यानं वर्तमानपत्रांतून आवाहन केलं ते असं :

'श्रीमती रेणुकादेवी श्रीमन्नारायण सारडा, विद्यालय, गंगानगर या विद्यालयातील दहावी-अ या वर्गात १९५६ या वर्षी जे विद्यार्थी आणि विद्यार्थिनी होते, त्यांचं स्नेहसंमेलन भरवण्याचा हेतू आहे. सर्वांच्या सोयीसाठी संमेलन मुंबईत भरवणं योग्य होईल. संमेलन २५ डिसेंबरला भरवलं जाईल. तरी या माजी विद्यार्थ्यांनी खालील पत्त्यावर संपर्क साधावा. अजून पूर्ण ५ महिने अवधी आहे.

स. दा. सदावर्ते - पत्ता अमुक अमुक मुंबई.'

या आवाहनाला चांगला प्रतिसाद मिळाला. त्या वेळी वर्गात ४० विद्यार्थी होते. त्यापैकी ५ जणांनी परदेशगमन केलं होतं तर ५ जणांचं परलोकगमन झालं होतं. उरलेले ३० जण येतो म्हणाले. त्यातले २३ जण पुरुष विद्यार्थी आणि ७ जणी स्त्री-विद्यार्थी होते. या योजनेला चांगला प्रतिसाद मिळाला. वर्गणी, प्रतिनिधी फी, प्रवास खर्च राहण्याची सोय वगैरे वगैरे सर्व काही योग्य पद्धतीनं झालं. सर्वजण मुंबईत आले. त्यांची राहण्याची सोय झाली. हे भराभर आटोपतो.

फक्त तीसच माजी विद्यार्थी असल्यामुळे दादर येथील एका विद्यालयातील एक क्लासरूम संमेलनासाठी एक दिवसासाठी घेण्यात आली. त्या विद्यालयाच्या तरुण मुख्याध्यापकांनाच अध्यक्ष केले. त्यामुळे

खूश होऊन ते म्हणाले, ''क्लासरूमचं एक दिवसाचं भाडं नाही दिलं तरी चालेल.'' तेव्हा संयोजक श्री. सदावर्ते त्यांना म्हणाले, ''थँक्यू व्हेरी मच सर'' तेव्हा मुख्याध्यापक म्हणले, ''तुम्ही कसले माझे थँक्यू? उलट तुम्ही मला अध्यक्ष केल्याबद्दल मीच तुम्हा सर्वांचा थँक्यू आहे.'' देशभर इंग्लिश माध्यमांच्या शाळांचा सुकाळ झाल्यामुळे इंग्लिश किती सहज चुकीचं बोलता येतं याची झलक सुवर्ण महोत्सवी माजी विद्यार्थ्यांना आली. तीस माजी विद्यार्थ्यांची साठ कर्णकमळं धन्य झाली.

संयोजक सदावर्ते सूत्रसंचालन करत होते. प्रत्येक माजी विद्यार्थ्यानं दहावीनंतर पुढं काय (काय) केलं हे थोडक्यात सांगावं असं सर्वांना आवाहन केलं. त्यांपैकी जे माईकसमोर उभे राहून सांगू शकत होते त्यांनी आपापले जीवनवृत्तांत सांगितले. उरलेल्यांनी दोन-तीन वाक्यांत आटोपतं घेतलं.

पन्नास वर्षांत काय केलं ते आता सुरू.

माझं नाव रामचंद्र शंकर दोडकेकर. मी दहावी पास झाल्यावर उद्योगधंद्यात पडायचं ठरवलं. मराठी माणसं उद्योगधंदे, व्यापार वगैरेत नेहमी मागं असतात म्हणून मी हा मार्ग स्वीकारला, एक छोटसं दुकान काढलं. कमी भांडवलात कोणकोणत्या वस्तू विक्रीला ठेवतात, ते अभ्यासून मी त्या वस्तू दुकानात ठेवल्या. गेली पन्नास वर्षं तेच सहा बाय सहा फुटांचं दुकान. व्याप वाढवला नाही. धंद्यात खोट आली तर काय करा या मराठी सामूहिक भीतीमुळे मी गेली पन्नास वर्षं याच खुराड्यात आहे. मराठी माणसंसुद्धा व्यापार वगैरे करू शकतात हे मी सिद्ध करून दाखवलं. दुकानात एक बोर्ड कायमचा लावून ठेवला आहे तो असा : 'येथे सांडगे, शेवया, पापड, फिनेल, डांबराच्या गोळ्या, व्यंकटेश स्तोत्र, शनिमाहात्म्य, शिवलीलामृताचा अकरावा अध्याय, जानवी जोड, जिवतीची चित्रं, डासाची अगरबत्ती, फुलवाती (कोरड्या आणि तुपात भिजवलेल्या), झाडू, कुंचा, श्रीखंड वड्या, आलेपाकाच्या वड्या मिळतील.'' आज माझं वय ६६ आहे. कारण मी दहावी परीक्षा पहिल्या झटक्यातच पास झालो होतो.

**

माझं नाव विनायक सदाशिव कार्लेकर. दहावीच्या परीक्षेत मी त्या वेळच्या बोर्डात दुसरा आलो होतो. पुढंही हीच परंपरा चालू ठेवली. फरक एवढाच की पुढच्या प्रत्येक परीक्षेत मी सतत पहिला येत राहिलो. त्यामुळे परीक्षेच्या निकालाच्या प्रत्येक वेळी मी, ''दुसरा कोण आला'' असं विचारत असे. कारण पहिला नंबर नक्की माझाच असणार असा माझा आत्मविश्वास असे आणि हा आत्मविश्वास

प्रत्येक वेळी खरा ठरत गेला. गणिताच्या प्रश्नपत्रिकेत १३ प्रश्न असून कोणतेही १० प्रश्न सोडवा, अशी सूचना असली तर मी काय करायचो, तेराच्या तेरा गणितं सोडवून, पेपरच्या प्रारंभी लिहीत असे, 'कोणतेही दहा प्रश्न तपासा.'

पुढं मी अर्थशास्त्र हा विषय घेऊन एम. ए. आणि नंतर पीएच. डी. झालो. संपूर्ण विद्यापीठात मी फर्स्टक्लास फर्स्ट आलो. नंतर मी आय.ए.एस.च्या परीक्षेला बसलो. सांगितलं तर खोटं वाटेल, संपूर्ण देशात मी पहिला आलो. माझी लगेच एका मोठ्या शासकीय उद्योगात चीफ एक्झिक्युटिव्ह ऑफिसर म्हणून नेमणूक झाली. पुढं जिल्ह्याचा कलेक्टर, मोठ्या शासकीय उद्योगात चेअरमन, नंतर मंत्रालय निरनिराळ्या खात्यांचा सेक्रेटरी आणि शेवटी ॲडिशनल चीफ सेक्रेटरी या पदावर असताना सेवानिवृत्त झालो. लगेच नंबर वन उद्योगपतीनं मला त्यांच्या उद्योगाचा अध्यक्ष म्हणून घेतलं. सध्या मी तिथंच आहे. या उद्योगपतीचे एकूण उद्योग दीडशे हजार कोटींचे आहेत, अशा अतिशय महत्त्वाच्या पदावर मी काम करत आहे. परमेश्वराच्या कृपेनं छान चाललं आहे.

**

माझं नाव सौ. मालती माधव मोगरे, मी एक वर्ष उशिरा शाळेत जाऊ लागल्यामुळे मी दहावी नापास झाले तेव्हा सतरा वर्षांची होते. ऑक्टोबरची आणि पुन्हा मार्चची अशा दोन वाऱ्या केल्यावर मी कशीबशी काठावर दहावी पास झाले. शिक्षणात गती आणि गोडी नसल्यामुळे शिक्षण तिथंच थांबवून चक्क 'पोभाडबा केंद्र सुरू केलं. पोभाडबा म्हणजे पोळीभाजीचा डबा. हा व्यवसाय सुरू केला आणि लगेच जम बसला. शंभर मेंबर रोज माझा पोभाडबा घेऊन आपापल्या नोकरीच्या ठिकाणी जात असत. अशा पोभाडबा केंद्राची निकडीची गरज होती हे यावरून दिसून आलं. सर्व मेंबरांच्या जन्मतारखाही मी लिहून ठेवल्या होत्या. त्याच्या त्याच्या वाढदिवशी त्याच्या डब्यावर 'श्रीपोभाडबा' अशी चिठ्ठी जोडत असे. याचा अर्थ, या डब्यात आज श्रीखंड आहे.

एक गंमतीची आठवण सांगते. दिवाळीनंतर भाज्या खूप मिळतात, स्वस्तही मिळतात. फ्लॉवर, मटार आणि ओल्या वाटाण्याच्या शेंगा यांचे ढीगच्या ढीग असतात. त्या दिवसात मी दररोज फ्लॉवर-मटारची पातळ भाजी सर्वांच्या डब्यात भरत असे. पोळीसाठी भाजी आणि पातळ रस्सा, आमटीप्रमाणे भाताला अशी ती योजना होती. रोज डबा उघडला की, ही भाजी! पटवर्धन नावाचा एक मेंबर मला म्हणाला, ''मालतीताई गेले महिनाभर दररोज 'फ्लॉटरची भामटी' खाऊन तृप्त

झालो. पोभाडब्यात बदल करा ना.'' तेव्हा मी म्हणाले, ''काय रे पटवर्धन, 'फ्लॉटरची भामटी' म्हणजे काय?'' तेव्हा पटवर्धन खुलासा करत म्हणाला, ''तुम्ही दररोज फ्लॉवर आणि मटार घालून भाजी करता ती भाजी पातळ असल्यामुळे आमटीचंही काम करते. मी काय केलं फ्लॉवरमधील 'फ्लॉ' आणि मटारमधील 'टार'चं 'टर' केलं. त्यातून 'फ्लॉटर' हा शब्द तयार केला. भाजीमधील 'भा' आणि आमटीमधील 'मटी' घेऊन 'भामटी' असा शब्द बनवला. अशा प्रकारे मी हा नवीन- 'फ्लॉटरची भामटी' हा शब्द तयार केला.'' पुढं प्रत्येक वर्षी महिनाभर नाही पण मधून मधून मेंबरांना 'फ्लॉटरची भामटी' डब्यांतून देत आले आहे.''

**

माझं नाव बाळकू सुकड्या हाणकीरे. माझ्या बापानं कुणाचं तरी ऐकून शाळेत घातलं. बाप सुकड्या स्वत: अंगठाछाप आहे. कसाबसा, कॉपी करत करत दहावी नापासपर्यंत आलो. सुटलो त्याच्यायला शाळेच्या तावडीतून याचा आनंद झाला. हातभट्टीच्या दारूला चांगली मागणी असते हे मला माहीत होतं. माझा बाप त्याच हातभट्टीच्या दारूवर लहानाचा मोठा झाला. गावाबाहेरच्या जंगलात भट्टी लावली. चार बेकार पोरं कामाला लावली. सगळाच चोरटा मामला. रात्रीच्या अंधारात, ही पोरं बिनधास्तपणे माल योग्य ठिकाणी पोहोचती करायची. पहिल्या धारेचा माल जास्त भावानं जातो. कुणी तरी रिकामटेकडा समाजसेवक पेपरमध्ये पत्र छापतो. 'अमुक ठिकाणी बाळकू सुकड्याची हातभट्टी वर्षानुवर्षं चालू आहे. पोलीस खातं काय करतं?' मग पोलिसांच्या खबऱ्या मला धाड पडण्याची खबर देतो. मी लगेच चार फुटकी भांडी आणि दारू गाळत बसला आहे असा एक पोरगा तिथं ठेवून मी गायब होतो. ठरल्याप्रमाणे पोलिसांची धाड पडते. फुटकी भांडी, सडका गूळ, नवसागर वगैरे माल आणि दारू गाळणारा पोऱ्या हे सगळं घेऊन पोलीस जातात. दुसरे दिवशी पेपरमध्ये छापून येतं, 'फार मोठ्या हातभट्टीवर पोलिसांची धाड. एकाला रंगेहात पकडलं... वगैरे.' त्या पोऱ्याला सहा महिन्यांची शिक्षा होते. त्या काळात त्याचा घरखर्च मी चालवतो. धाड घालण्याचं नाटक चांगलं केल्याबद्दल मोठा हप्ता योग्य ठिकाणी पोहोचता करतो. मला सांगायला आनंद वाटतो की, माझ्या हातभट्टीच्या धंद्याचं ही हे वर्ष, सुवर्णमहोत्सवी आहे.

**

माझं नाव जनार्दन शंकर कानपिळे, कसाबसा दहावी पास झालो. वडिलांनी योग्य ठिकाणी 'महादक्षिणा' दिल्यावर, मला जकात नाक्यावर कारकुनाची नोकरी मिळाली. नाका-कारकुनाची नोकरी म्हणजे वरकमाईचा अखंड वाहता झरा. खूप कमावलं. गावी वीस एकर बागाईत जमीन आणि माडी असलेलं ऐसपैस घर आहे. फिक्स्ड डिपॉझिटमधे (तीन उभी बोटं दाखवून) आहेत. योग्य वेळी निवृत्त झालो. सेवानिवृत्तीचा काळही सुखाचा आहे.

**

माझं नाव श्रीमती माधुरी दीक्षित. होय खरंच दहावीतली मिस. एम. डी. दीक्षित. खरं म्हणजे आद्य माधुरी दीक्षित मी आहे. सिनेमावाली नंतर आली. ती माधुरी चाळीस वर्षांची आहे तर मी पासष्ट वर्षांची. ती माझ्यापेक्षा पंचवीस वर्षांनी लहान आहे. तर मी काय सांगते, मी दहावी पास झाले. वडील माझ्यासाठी स्थळं बघू लागले. पण मी वडिलांना चक्क सांगितलं, 'मी साफ लग्न करणार नाही. नवऱ्याची आणि पर्यायानं पुरुषजातीची गुलाम होणार नाही. जगातली प्रत्येक स्त्री मुक्त झाली पाहिजे,' असा प्रचार मी सतत करत आले आहे. स्त्रीमुक्ती चळवळ सुरू केली. काही चावट पुरुषांनी, 'आमची स्त्रीमुक्ती चळवळ आहे' असा प्रचार सुरू केला. त्यांची स्त्रीमुक्ती म्हणजे, 'पुरुषांची स्त्रियांपासून मुक्ती' असा अर्थ लावून आरडाओरडा सुरू केला. पण नंतर ते थंडावले. माझ्या चळवळीला वीस स्त्रियांनी सक्रिय पाठिंबा दिला. लग्नाचं कुठंच जमलं नसल्यामुळे का होईना आम्ही एकवीसजणी टिकून आहोत.

**

माझं नाव भीमा हणमंता पहाडी. मी लहानपणापासूनच तब्येतीनं मजबूत आहे. नाव भीमा, वडील हणमंता आडनाव चक्क पहाडी. दहावीत असनासुद्धा मी आडदांडपणा करत असे. पुढं दहावीत रीतसर नापास झालो. गंगापुराहून सरळ उठलो आणि आगडगाडीनं विदाऊट तिकीट मुंबई गाठली. माझ्यासारख्या भणंग माणसाला राहायला जागा कुठून मिळणार? सरळ एका झोपडपट्टीत गेलो आणि कामचलाऊ झोपडी बांधून राहू लागलो. धिप्पाड शरीर, पिळदार मिशा, भिंतीसारखी जबरदस्त छाती दंडात ऐकक बेंडकुळी होती. आडनाव पहाडी आणि रंगही पहाडाप्रमाणे काळा. आवाज दणदणीत आणि डोळे मोठे. यामुळे मी अवघ्या एका महिन्यात,

त्या भागातील झोपडपट्टीचा स्वयंघोषित दादा झालो. शेजारच्या झोपडपट्टीत एक आधीचा दादा होता. तो शरीरानं मरतुकडा होता. फक्त आवाज जोरदार होता. हळूहळू मी त्या भागाचा कब्जा घेतला. नंतर तिसऱ्या झोपडपट्टीकडे मी येत आहे असं समजातच तो स्वत: होऊन निघून गेला. सर्व मिळून १५ हजार वस्तीचा मी दादा झालो.

निवडणुकीचे दिवस आले की सर्व राजकीय पक्षांचे पुढारी मला भेटतात. कोणत्याच एका पक्षाला मी सर्व मतांची गॅरंटी देत नाही. या पक्षाला दोन हजार, त्या पक्षाला दीड हजार, अमुक पक्षाला एक हजार अशा पद्धतीनं सर्व राजकीय पक्षांना मतांची गॅरंटी देऊ लागलो. त्या त्या वेळाचा रागरंग बघून प्रत्येक मतदाराला किती पैसे द्यायचे हे मी ठरवतो. साधारण प्रत्येक मतदाराला शंभर ते दीडशे रुपये द्यावे लागायचे. पुढं महागाई आणि इथल्या एकगठ्ठा मतांची खात्री असल्यामुळे, प्रत्येक मतदाराला प्रसंगी एक एक हजार रुपये द्यावे लागले.

कोणत्या झोपडपट्टीनं कोणत्या चित्रावर शिक्का मारायचा हे दम देऊन सांगतो. 'या झोपडपट्टीतील लोकांनी बैलावर शिक्का मारायचा, त्या झोपडपट्टीतील लोकांनी घोड्यावर शिक्का हाणायचा, त्याप्रमाणे झालं की मी त्या त्या पक्षाकडून एक एक लाख रुपये घेतो. माझी झोपडी तिकडेच आहे. ती एक हजार चौरस फुटांची असून, संडासासाहित संपूर्ण झोपडी ए.सी. आहे. आज माझं वय ६७ आहे. तरीही वट पहिल्यासारखीच कायम आहे. आपल्या देशात लोक 'मतां'वर आधारित लोकशाही आहे म्हणून आम्हा दादा लोकाचं बरं चाललं आहे.

**

माझं नाव गोकर्ण महाबळेश्वराचार्य तीर्थराज प्रयागेश्वराचार्य सिंहेद्र गडकर आहे. लांबलचक नाव आहे. मी मेरिटलिस्टमधे तिसरा आलो होतो. पुढं बी.ए.एल.एल.बी. झालो. नंतर एल.एल.एम. झालो. वकिली करू लागलो. वकिली जोरात चालू होती. नंतर मी जिल्हासत्रन्यायालयात न्यायाधीश झालो. नंतर हायकोर्टात 'जस्टिस सिंहेंद्र गडकर' झालो. यथाकाल निवृत्त झालो. एक न्यायनिष्ठुर न्यायमूर्ती असा माझा लौकिक होता. सध्या पुण्यामध्ये पर्वतीजवळ घर बांधून सुखानं कालक्रमणा करत आहे. व्यायाम म्हणून दररोज पर्वतीच्या पायऱ्या चढतो आणि उतरतो.

**

माझं नाव शिरप्या दगडू लकडीमोडे, दहावामध्ये मी 'ढ' विद्यार्थी होतो.

पण हाणामारीत कुणाच्या बापालाही ऐकत नव्हतो. एकदा का दहावीत रीतसर नापास झालो की सुटलो च्यामारी! माझी इच्छा पूर्ण झाली. बाकीचे विद्यार्थी इंग्लिश-विज्ञान-गणित या तीन पेटंट विषयांत नापास होतात. पण या पठ्ठ्यानं सगळ्या विषयात ऐसपैस नापास होऊन रेकॉर्ड मोडलं.

हाणामारी, दादागिरी या उपजत गुणांचा विकास करण्याचा निश्चय केला. मोहल्ल्यातला 'सोशल वर्कर' झालो. शर्टच्या बाह्या मागं सारत चढेल आवाजात दुकानदारांना सांगू लागलो, "नम्र विनंती करतो, दुकान ताबडतोब बंद करा. एका रिक्षावाल्याचा निघृण खून झाला. आहे. म्हणून आज गाव बंद आहे. गुमान, मुकाट्यानं दुकान बंद करा, (बाह्या सारत) अशी पुन्हा नम्र विनंती करतो."

पुढं मी सीनियर दादा झालो. हाताखाली आठ-दहा ज्युनिअर गुंड ठेवले. 'सुपाऱ्या' घेऊन खून करणं, खून पचवणं इथवर प्रगती केली. मध्यंतरी निवडणुकीला उभा राहिलो. मी उभा आहे हे पाहिल्यावर बाकीच्या उमेदवारांनी घाबरून नावं मागं घेतली आणि बिनविरोध निवडून आलो. 'सुपाऱ्या घेणं' हा व्यवसाय चालूच होता. एका खुनात मात्र मी अडकलो. खटला सुरू झाला. वकील भारीपैकी दिला. त्यानं आणखी दोघांना (माझ्या सहकाऱ्यांना) आरोपी केलं. त्यामुळे खुनाला मदत, असा माझ्यावर आरोप ठेवण्यात आला. फाशी किंवा जन्मठेप ऐवजी पाच वर्षांची शिक्षा झाली. कोण न्यायाधीश होता त्याचं नाव शोधून काढलं. अन् त्याच्यायला काय सांगावं, दहावीच्या माझ्या बॅचचा, माझ्याच पुढच्या बेंचवर बसणारा, 'मालगाडीप्रमाणे लांबलचक नाव असलेला न्यायाधीश निघाला. काही तरी गोकर्णमहाबळेश्वर वाघसिंहन्द्रकर असं त्याचं नाव आहे. (त्यांच्याकडे बघत) साहेब तुम्हीच मला पाच वर्षांची शिक्षा दिली असं वाटतं.

**

माझं नाव रामचंद्र दशरथ सूर्यवंशी आहे. मला दोन जुळी मुले आहे. एकाचं नाव 'लव'राज आणि दुसऱ्यांच नाव अंकुश आहे. मी त्या काळात टांग्याचा धंदा सुरू केला. डायरेक्ट पुण्यात. कारण पुणेरी टांगेवाला म्हटलं की तो कसा असतो सर्वांना माहीत आहे. पहिली दहा-बारा वर्षं चांगली गेली. पण त्याच्यायला पुढं पुण्यामध्ये भसाभस ऑटोरिक्षा सुरू झाल्या. टांगेवाल्याचं पेकाटच मोडलं. पब्लिक ऑटोरिक्षात आणि टांगेवाले घोड्यासहित अंतरिक्षात स्वर्गाच्या वाटेला. शेवटी, कर्ज काढून दोन रिक्षा विकत घेतल्या. सूर्यवंशातल्या दशरथाचे नातू आणि रामचंद्राचे पुत्र रिक्षा चालवत आहेत. सध्या बरं चाललं आहे. पुणं लांब लांब पसरत चाललं

आहे. म्हणून शिवाजीनगर, सदाशिवपेठ, पुणे-नारायणपेठ असल्या प्रवाशांना माझी पोरं नकार देतात. कात्रज, सिंहगडरोड, कोथरूड, आनंदनगर असली लांबची गिऱ्हाईकंच माझे लवकुश घेतात. ट्रॅफिकवाल्याचे हप्ते वेळच्या वेळी पोहोचते होतात. छान चाललं आहे.

**

माझं नाव दौलतराव रावसाहेब हिंगणे-पाटील. दहावीला सर्व विषयांत काठावर ऑक्टोबर वारीत पास झालो. पास झालो नसतो तरी चालण्यासारखं होतं कारण मी २१ वर्षांचा झालो की माझे वडील मला राजकारणातच आणणार होते. आपली लोकशाही दिल्लीपासून गल्लीपर्यंत घराणेशाहीवर मजबूत आहे. वडील तेव्हा जिल्ह्याच्या निवडणुकीत निवडून अध्यक्ष झाले होते. मी चार पाच वर्षं मजा मारण्यात घालवली. एकवीस वर्षाचा झालो. लगेच पुढच्या निवडणुकीत वडिलांनी मला निवडून आणले. ते पुन्हा जिल्हाध्यक्ष झाले. निरनिराळ्या खात्यांचे सभापती नियुक्त केले गेले. सर्टिफिकेट असलेला दहावी पास, असा मी एकटाच होतो. जास्त शिकलेला म्हणून मला शिक्षण खात्याचा सभापती करण्यात आलं. पुढं वडील जिल्ह्याच्या वरच्या स्तरातले लोकप्रतिनिधी म्हणून निवडून आले आणि त्यांनी मलाही निवडून आणलं. पुढं वडील थोरले लोकप्रतिनिधी झाल्यावर माझी सोय करण्यासाठी एल.पी.गॅस पुरवठा आणि वाटप महामंडळ काढून मला अध्यक्ष केलं. वडील राजकारणात मुरब्बी असल्यामुळे त्यांनी माझी आयुष्यभराची तरतूद करून ठेवली. सध्याही मी याच 'कल्पवृक्षा'च्या छायेत आहे. त्यामुळे मी माझे मेव्हणे, साडू, जावई, पुतणे, भाचे सर्व प्रकारचे भाऊ यांना सढळपणे गॅस पुरवत असतो. एकंदरीत छान चाललं आहे. कुणाचा गॅसचा काही प्रॉब्लेम असेल तर मला सांगा. लगेच एक सोडून तीन-तीन गॅस सिलिंडर पाठवून देतो. आपल्या वर्गबधूंना मदत करणे माझं कर्तव्यच आहे. मी आता मंडळात नुस्ता बसतो. माझे दोन्ही मुलगे कारभार बघतात.

**

माझं नाव प्रकाश रामजी गायकवाड आहे. पहिल्या खेपेलाच कसाबसा पास झालो. तथापि, कॉलेजात प्रवेश मिळाला. एक वर्षाआड पास होत गेल्यामुळे, शिक्षण सोडून दिलं. पण नोकरी मिळाली. नशीबाचा भाग. दुसरं काय. नोकरी,

रिटायर होईपर्यंत काँक्रिट छाप मजबूत होती. योग्य वेळी निवृत्त झालो. निवृत्तीवेतन चालू आहे. छान चाललं आहे. माझी मुलंही मार्गाला लागली आहेत.

**

माझं नाव केरबा देवजी केसकर, पिढीजात धंदा केशकर्तनाचा. वडील नको नको म्हणत असताना मी त्यांना म्हणालो, 'बाप्पा, मी शिकून शहाणा होणार.' वडिलांचं ऐकलं नाही. पहिलीपासून दहावीपर्यंत दहा वर्षं अक्कल खाती खर्ची घातली. 'नापास' शिक्का मारलेलं मार्कशीट घेऊन घरी आलो. वडील म्हणाले, 'फिटली शिक्षणाची हौस. चला सलूनमध्ये. एक खुर्ची तुझीच वाट बघते.' वडिलांचं म्हणणं पटलं. कोणताही धंदा हलका नसतो. समाजाच्या गरजेचाच असतो. मी एक 'प्रतिगामी सुधारणा' केली. 'हेअर कटिंग सलून', 'मॉडर्न हेअर ड्रेसर्स, 'टिपटॉप हेअर स्टाईल' किंवा 'केशभूषा', 'केशाकर्षण', 'केशप्रसाधन' असली काव्यमय नावं न देता, 'हजामतीचं दुकान' अशी ऐसपैस लांबलचक पाटी लावली. धंदा हजामतीचा करायचा आणि धंद्याचं नाव उच्चारायचं नाही हे मला पसंत नव्हतं. गिऱ्हाईकांनाही हे नाव एकदम आवडलं. अजूनही हजामतीचाच धंदा करतो.

**

माझं नाव तुकाराम नामदेव तेली. शाळेच्या आवडीमुळे शाळेत जाऊ लागलो. दहावी पास झालो. मार्क चांगले पडले. कॉलेजात गेलो. बी.एस्सी. आणि 'ऑईल टेक्नॉलॉजी' हा विषय घेऊन बी.एससी. (टेक) झालो. पारंपरिक पद्धतीनं बैलाच्या घाण्यावरचं तेल काढणं बंद केलं. औद्योगिक बँकेकडून कर्ज काढलं. लघु उद्योगापर्यंत एक कारखाना काढला आणि शास्त्रशुद्ध पद्धतीनं तिळाचं तेल, करडीचं तेल, शेंगादाण्याचं तेल अशी मुख्य खाद्य तेलं निर्माण करू लागलो. पुढं माझ्या मुलानं माझाच कित्ता गिरवून कारखान्याच्या व्याप वाढवला. आता आम्ही 'फाईव्ह स्टार' हॉटेलांनाही खात्रीची शुद्ध खाद्य तेलं पुरवत असतो. आम्ही आमचं 'तेली' आडनाव अभिमानानं लावतो.

**

माझं नाव धनवंत लक्ष्मीकांत नवलाखे आहे. संपूर्ण नावच श्रीमंतीनं खचाखच

भरलं आहे. अमाप पैसा आहे. बसल्याजागी पैसा घर चालून येतो. आमच्या १० इमारती पाच मजली (तळमजला धरून सहा) महानगरामध्ये आहेत. सर्व मजल्यावरच्या सर्व खोल्या निरनिराळी ऑफिसं, बँका, विमा कंपन्या यांना भाड्यानं दिल्या आहेत. आमचं वंशपरंपरा एकच काम आहे. एक फावडं हातात घेऊन टोपलीत नोटा भरत राहायचं. पहिली टोपली संपली की दुसरी टोपली वर्षानुवर्षे हे चालू आहे. विशेष म्हणजे आजच्या सुवर्णमहोत्सवी संमेलनानंतरच्या पंचपक्वान्नांच्या सुग्रास शाही थाटाच्या भोजनाचा प्रायोजक मी आहे. आनंदानं भोजन करा आणि संतुष्ट होऊन मला शुभाशीर्वाद द्या अशी विनंती करतो.

**

शेवटी संयोजक सदावर्ते समारोपाचं बोलले. ते म्हणाले, 'दहावीचे सुवर्णमहोत्सवी विद्यार्थी' हे माझं स्वप्न तुम्ही सत्यसृष्टीत आणलं याबद्दल मी सर्वांचा कृतज्ञतापूर्वक आभारी आहे. आता मुख्याध्यापक महोदय यांनी चार शब्द बोलावेत अशी त्यांना विनंती करतो.

तरुण मुख्याध्यापक म्हणाले, ''आजचं संमेलन सक्सेसफुली पार फेल (पडलं) याचा मला फ्रॉम माईंड (मनापासून) हॅपीनेस थिंक होत आहे (आनंद वाटत आहे असं समजून घ्या.) गोल्ड महोत्सवी माणसं इट धिस संमेलन, एकत्र आली, आप फिफ्टिथ्रिअर्समध्ये व्हाट व्हाट केलं हे सगळं माईडं फ्रीपणानं (मनमोकळेपणानं) सांगितलं. दहावीनंतर, हू व्हेअर वेंट, हू व्हाट डिड सगळं ऐकून मी लेटरश: (अक्षरश:) प्रभावित झालो. वन् बिकेम आय.ए.एस. तर सेकंड बिकेम एल्डर ब्रदर (दादा-गुंड या अर्थीचा दादा) ही डिफ्-डिफरंट माणसं (निर-निराळी माणसं) अपॉन वन प्लॅटफॉर्स टुगेदर लुकिंग व्हेरी व्हेरी वेल थॉट (फार फार बरं वाटलं.) मला अध्यक्ष केल्याबद्दल मी तुम्हा सर्वांचा फ्रॉम माईंड थँक्यू आहे.

नंतर प्रायोजित प्रीतिभोजनाचा कार्यक्रम थाटामाटात संपन्न झाला. भोजन प्रायोजक स्वत: धनवंतराव नवलाखे सर्वांना आग्रहपूर्वक वाढत होते. जेवण झाल्यावर सर्वांना खुर्चीवरून उठताना तट्ट फुगलेल्या पोटामुळे उठणं जड गेले. संतुष्ट होऊन सर्वजण आपापल्या गावी प्रयाण करते झाले.

* * *

.७.

आडनावं आणि व्यक्तिमत्त्व

'नावात काय आहे' हे शेक्सपीअरचं वाक्य, मी आता उच्चारलं, त्याच्या आधी, एक अब्ज, नव्याण्णव कोटी, नव्याण्णव लक्ष, नव्याण्णव हजार, नऊशे नव्याण्णव वेळा उच्चारून, उच्चारून, उच्चारून (उच्चारून हा शब्दही रिकामा वेळ असल्यास एक अब्ज नव्याण्णव कोटी वगैरे वेळा उच्चारत बसा.) गुळगुळीत (बुळबुळीत हा पर्यायही चालेल.) झालं आहे. खरं म्हणजे मी उच्चारण्याचं टाळायला पाहिजे होतं. परंतु मी उच्चारल्याबरोबर या वाक्याची संपूर्ण दोन अब्ज ही संख्या पूर्ण होणार होती. एखाद्या आकड्यावर नऊ शून्य देण्याचा मान मला मिळतोय म्हणून मीही हे वाक्य उच्चारून टाकलं. 'एक लाखावी स्कूटर', 'दोन लाखावी सायकल' असल्या शून्यप्रचुर जाहिराती आपण वर्तमानपत्रातल्या जाहिरातीतून नेहमीच वाचत असतो. इथं तर नऊ शून्याचं प्राचुर्य आहे. असो. (असो या शब्दामुळे वाचकांना केवढा दिलासा मिळतो! कारण सध्या जे सांगणं चाललं आहे ते तिथंच थांबवण्याची खूण म्हणजे 'असो' हजारो वाचक 'असो'चे आभारी असतात. असो.)

नावं आणि व्यक्तिमत्त्व यांची कळत न कळत सांगड झालेली असते. यात मुद्दाम कुणी काही केलेलं नसतं. एकदा सांगड बसली की, त्यातून रूढी, संकेत निर्माण होत जातात. काही आडनावं घेऊ या. मधून मधून नावंही घेऊ या. त्याचं व्यक्तिमत्त्व कसं असतं तेही पाहू या. एक उदाहरण घेऊ या. 'बाळकोबा टिळक याची हातगाडी आहे. हातगाडीवरची हमाली तो करतो.' हे वाक्य ऐकून काहीतरी विचित्र वाटतं. कानांनासुद्धा खाजल्यासारखं वाटतं. खरं म्हणजे, टिळक नावाच्या

माणसाची हातगाडी असणं आणि त्याने तसली हमाली करणं यात कसलाही कमीपणा नाही. श्रम करून प्रामाणिकपणे पोट भरण्याचा तोही एक व्यवसाय आहे. पण टिळक हे आडनाव आड येतं. टिळक चौकात, बाळ गंगाधर टिळकांचा पुतळा आणि बाजूलाच बाळकोबा टिळकाची हातगाडी. एकंदरीत खटकतंच. ती हातगाडी जर म्हादबा कोथमिरे नावाच्या माणसाची असती तर काही वाटलं नसतं. म्हादबा हे नाव, कोथमिरे हे आडनाव आणि हातगाडी हा मेळ बरोबर बसतो. लोकमान्यांचं आडनाव टिळक होतं. त्यामुळे तेव्हापासून टिळक या आडनावानं मोठा दबदबा निर्माण करून ठेवला आहे. टिळक म्हटलं की त्या आडनावाच्या माणसांकडून विशेष व्यक्तिमत्त्वाच्या अपेक्षा केल्या जातात. लोकमान्यांच्या पाठोपाठ, रेव्हरंड ना. वा. टिळक, लक्ष्मीबाई टिळक, देवदत्त टिळक, जयंतराव टिळक असे आणखी काही प्रसिद्ध टिळक निर्माण झाले. त्या 'धास्ती'मुळे बाकीचे टिळकही व्यक्तिमत्त्व घडवण्याच्या मागं लागले. एक टिळक रिझर्व बँकेतून ऑफिसर म्हणून हल्लीच सेवानिवृत्त झाले. परवा परवांपर्यंत डोंबिवलीतच राहत होते. मधेच एक पुस्तकही लिहून आपलं 'टिळकत्व' त्यांनी पक्कं करून टाकलं. त्यांचं नाव अविनाश टिळक आहे. आणखी एक टिळक ग्रंथालय शास्त्राचे महान जाणकार आहेत. विद्वान आहे. विद्वान न होऊन चालणार नाही. टिळक आडनावाचे परिणाम भोगलेच पाहिजेत. सौ. इंदूताई टिळक, सौ. कमलाबाई टिळक, दीपक टिळक, श्रीकृष्ण टिळक, डॉ. सौ. सुप्रिया टिळक, सौ. सुमन टिळक, सौ. सुमित्रा टिळक इत्यादी कितीतरी टिळकांना पुस्तकं लिहून आपलं टिळकत्व सिद्ध करून दाखवावं लागलं.

गाडगीळ म्हटलं की त्यानं अर्थशास्त्रज्ञ असलंच पाहिजे. हा धाक धनंजयराव गाडगीळ यांनी दाखवून दिला आहे. तेव्हापासून कितीतरी गाडगीळ, आपलं 'गाडगैळ्य' सिद्ध करण्यासाठी अर्थशास्त्रज्ञ झाले. तसं नाही केलं तर थोरल्या गाडगीळांना (धनंजयरावांना) काय वाटेल? 'कुलकलंका' गाडगीळ आडनाव लावतोस आणि मराठी घेऊन बी.ए. होतोस आणि भूगोल घेऊन बी. एड्. होतोस? असल्या अर्थशास्त्रहीन डिग्र्या गाडगीळांनी मिळवणं म्हणजे वाघसिंहांनी गवत खाण्यासारखं आहे.' असं धनजयराव गाडगीळ फाडफाड बोलले असते. त्या धास्तीनं गाडगीळ म्हटला की तो अर्थशास्त्रज्ञ असलाच पाहिजे असा पायंडाच पडून गेला. (त्यापेक्षा दंडक हा शब्द जरा सॉलिड वाटतो.)

काकासाहेब गाडगीळ बी.ए. एल्. एल्. बी. वकील आयुष्य सगळं राजकारणात गेलं. पण गाडगीळ आडनाव काही त्यांना स्वस्थ बसू देईना. झकत, अर्थशास्त्रज्ञ होणं भागच पडलं. एवढंच नव्हे तर आपली 'गाडगीळता' सिद्ध करण्यासाठी, 'ग्यानबाचं अर्थशास्त्र' हे पुस्तकही लिहावं लागलं. वडलांना आपलं गाडगैळ्य

(चाल : ब्राह्मण्य) सिद्ध करण्यासाठी अर्थशास्त्रावर पुस्तक लिहावं लागलं होतं. चिरंजीवानाही, ते बॅरिस्टर असूनही अर्थशास्त्रज्ञ व्हावं लागलं. बॅरिस्टर विठ्ठलराव गाडगीळसुद्धा आडनावाच्या रीतीस अनुसरून अर्थशास्त्रज्ञ झाले. बाळ गाडगीळ हे नाव विनोदी लेखक म्हणून प्रसिद्ध असलं तरी ते आय. ए. एस. होते. प्राचार्य होते, कुलगुरू होते. बरेच काही करून सध्या ते निवृत्त आहेत. परंतु गाडगीळ घराण्याच्या मानगुटीवरचं अर्थशास्त्र या 'बाळ' मानगुटीवर बसलं. ते अर्थशास्त्राचे प्राध्यापक होते.

पां. वा. गाडगीळ, पुण्याच्या टि. म. वि. चे वा. वि. म्हणजे 'टिळक महाराष्ट्र विद्यापीठाचे वाङ्मय विशारद', नंतर पत्रकारितेत शिरले. आयुष्यभर त्याच क्षेत्रात यशस्वी रीतीनं वावरले. अभ्यासपूर्ण अग्रलेख हे पां. वा. गाडगीळ यांचं वैशिष्ट्य होतं. त्यांचं गाडगीळ आडनाव त्यांना अस्वस्थ करत होतं. त्यांनी अर्थशास्त्रज्ञ व्हायचं ठरवून, त्याप्रमाणे झालेही. तेव्हा कुठं गाडगीळात्मा शांत झाला. 'अर्थशास्त्रद्विना न अन्या गतिः गाडगीळान्' असं शास्त्रवचन आहे.

शेवटी एक अपवाद निघालाच. वा. य. गाडगीळ हे त्या गाडगीळ कलंकाचं नाव! (चाल : कुलकलंक) पूर्वी इक्ष्वाकु कुळात ज्याप्रमाणे, दिलीप, रघु, अज, दशरथ, राम असे सगळेच श्रेष्ठ राजे होऊन गेले त्याचप्रमाणे गाडगीळ कुळातही धनंजयराव, न. वि., वि. न., बाळ, पां. वा., गंगाधर असे ग्रेट अर्थशास्त्रज्ञ झाले. पण वा. य. मात्र घराण्याच्या नावाला बट्टा लावणारे निघाले. असले कसले गाडगीळ? सिनेमा नाटकांची परीक्षण लिहीत असत. अर्थशास्त्रावर काहीही लिहिलं नाही. म्हणून मी त्यांना वा. य. गाडगीळ न म्हणता वाया गाडगीळ म्हणतो. वायाच नाही तर काय? एखादा अपवाद असतो.

जोशी म्हटला की साहित्यिक असला पाहिजे. आणि कुलकर्णी म्हटलं की तो टीकाकार असला पाहिजे. या दोन आडनावांची ही अशी व्यक्तिमत्त्वे आहेत. जोशी म्हटला की, त्यानं थोडंफार लेखन केलेलं असलंच पाहिजे. माझ्याकडे विद्यमान साहित्यिकांचा परिचय करून देणारा एक कोश आहे. मुंबईच्या टेलिफोन डिरेक्टरीत शहा आडनावावरचे टेलिफोन नंबर सुरू झाले की, अक्षरशः शहाच शहा असतात, या पृष्ठावर शहा संपतील, पुढच्या पृष्ठावर शहा संपतील असं वाटतं. परंतु शहा मंडळींनी पन्नास पन्नास पानं अडवलेली असतात. माझ्याकडे असलेल्या लेखक-परिचय-कोशात जोशी मंडळींनी चक्क बेचाळीस पानं व्यापली आहेत. त्या बेचाळीस पानांत तर्कतीर्थ जोशी, महादेवशास्त्री जोशी, चिं. वि. जोशी, य. गो. जोशी, रा. भि. जोशीपासून कोणी त्या मानानं अप्रसिद्ध जोशी आहेत. जन्माला येणारा प्रत्येक जोशी लेखक होण्यासाठीच जन्माला येतो की काय असं

वाटतं. जोशी आडनावाची बूज राखण्यासाठी काही तरी लिहावंच लागतं. आडनाव जोशी आहे. पण लेखन करायचं नाही, असं करून कसं चालेल?

जोश्यांच्या बरोबरीनं कुलकर्णी हे आडनाव या महन्मंगल महाराष्ट्र देशी प्रचलित आहे. बहुतांश ब्रह्मवृंद या दोन आडनावांनी व्यापला आहे. जोशी आणि कुलकर्णी इतके आहेत की, जो जोशी नाही तो कुलकर्णी आणि जो कुलकर्णी नाही तो जोशी अशी वस्तुस्थिती आहे. या दोघांपैकीही जे कुणी नसतील, ते देशपांडे असतात आणि देशपांडेही वगळून जे मूठभर लोक असतील ते खळदकर, लुकतुके, गुळगुळे, किडमिडे, रबडे, साबडे, मेंडकी वगैरे कसल्या कसल्या आडनावांचे असतात. ही जी लुकतुके, गुळगुळे, किडमिडे, खटखटे आडनावांची माणसं असतात ना त्यांनी आयुष्यभर काहीही न करणं हेच त्यांच्यावर बंधन असतं. 'किडमिडेंच्या कादंबरीला, साहित्य परिषदेचा पुरस्कार मिळाला'; 'उत्कृष्ट काव्यासाठी असलेला महाराष्ट्र शासनाचा पुरस्कार यंदा कवी गुळगुळे यांना मिळाला.' 'लुकतुके यांना साहित्य अकादमीचा पुरस्कार मिळाला' ही वाक्यं कानांना खरीच वाटत नाहीत.

कुलकर्णी आडनावाबद्दल सांगायचं म्हणजे जोशींनी लिहिलेल्या साहित्यावर टीका करणं एवढचं कुलकर्णींचं काम असतं. टीकाकार असणं हे एकमेव व्यवच्छेदक लक्षण, कुलकर्णी आडनावाचं आहे. टीका या शब्दाच्या अर्थछटा कालपरत्वे बदलतात. ज्ञानेश्वरांनी गीतेवर मराठीत टीका लिहिली याचा अर्थ मराठीत भाष्य लिहिलं असा होतो. हल्ली मात्र टीका म्हणजे साहित्यातले दोषच प्रामुख्याने काढत बसणाऱ्याचा व्यवसाय करणं असा झाला आहे. मराठीत या अर्थानं टीकाकार असलेले कुलकर्णी पुष्कळ आहेत. परंपरागत कुलकर्णीपणाची वतनं गेल्यावर पुरुष कुलकर्णी सरळ टीकाकार झाले. (टीप : टीकाकार होण्याची चाल सरळ; पण टीका करण्याची चाल मात्र वाकडी किंवा तिरकस.) आणि स्त्रियांपैकी कित्येक कुलकर्णी चक्क सिनेमाकडे वळल्या. उदयास्त एकदमच झालेली एक मराठी अभिनेत्री रेखा तिचं आडनाव कुलकर्णीच होतं. हल्ली नीना कुलकर्णी (पूर्वाश्रमीची जोशी असून लग्न करून शत्रूच्या गोटात गेली.) सुकन्या कुलकर्णी, सोनाली कुलकर्णी, ममता कुलकर्णी ही नावं आघाडीवर आहेत.

आपण पुरुष कुलकर्णींविषयी बोलू या. पुरुषांच्या कोणत्याही नावांची दोन आद्याक्षरे घ्यायची आणि ती दोन अक्षरं कुलकर्णी या आडनावाच्या मागं ठेवायची. असं केलं रे केलं की, लगेच एक साक्षेपी मराठी टीकाकार तयार होतो. उदा. कुलकर्णी या आडनावामागं वा. लं. व. दि., द. भि. अ. वि. इत्यादी आद्याक्षरं ठेवली की धडाधड मराठी टीकाकार निर्माण होतो. 'टीका' हा शब्द (मग पूर्वीचा

अर्थ निराळा का असेना) आणि 'कुलकर्णी' हे आडनाव यांचं अतूट नातं. आहे. अगदी आद्य टीका-लेखक ज्ञानेश्वर यांच्यापासून हा वारसा चालत आला आहे. ज्ञानेश्वरांनाच गीतेवर टीका लिहिण्याची बुद्धी का झाली. कारण ज्ञानेश्वरांचं आडनाव कुलकर्णी होतं. कुलकर्णी आडनाव होतं म्हणून त्यांनी गीतेवर टीका लिहिली. ज्ञानेश्वर कुलकर्णी ते ज्ञानेश्वर नाडकर्णी या दोन ज्ञानेश्वरांमधे मराठी टीका सामावलेली आहे. नाडकर्णी हे आडनाव कुलकर्णी आडनावाचाच पाठभेद असणार यात शंकाच नाही. मूळ लेखकाला (जोश्यांना) जास्तीत जास्त नाडणारे कुलकर्णी असत. असे 'नाड'णारे कुलकर्णी पुढं पाठभेद निर्माण होऊन कुलकर्णींचे नाडकर्णी झाले असावेत. 'नाड'णारे कुलकर्णी असल्यामुळे त्यांच्या टीकेची धार जास्त तीक्ष्ण असते.

गेल्या शंभर वर्षांत आगरकरांनी सामाजिक सुधारणांची थोर परंपरा सुरू केली, ती पुढंही चालू राहणार आहे; पण त्या नादात आगरकरांनी आपल्या आडनावाची परंपरा पुढे चालवली नाही. 'आगरकर' या आडनावाचं मोठेपण, व्यक्तिमत्त्व, गोपाळ गणेश यांच्यापासून सुरू झालं आणि गोपाळ गणेश यांच्यापाशीच खुंटलं. एकेका आडनावाला वंशवृद्धीचा वर नसतो. त्याला गोपाळ गणेश आगरकर तरी काय करणार? नाही का? आगरकर आडनाव एकदाच विजेप्रमाणे चमकून गेलं.

गोखले हे एक आडनाव असंच पॉवरफुल आहे. काही ना काही करून गोखले आडनावाची शान राखावीच लागते. इतिहासकाळापासून गोखले हे आडनाव गाजतं. इंग्रज आणि मराठे यांच्यातली शेवटची लढाई १८१८ मधे झाली. या लढाईत पेशव्यांचे शेवटचे सेनापती बापू गोखले कामी आले. (जाता जाता : बापू गोखले यांचं संपूर्ण नाव नरहर गणेश गोखले होतं.) गोखले नाव तेव्हापासून गाजतंय. इंग्रजी सत्ता सुरू झाल्यावर आणि हल्लीही गोखले हे चलनी आडनाव आहे. गोपाळ कृष्ण गोखले हे गोखले घराण्याचे मुकुटमणी. पुढं एक एक गोखले गाजतच गेले. लेखक, पत्रकार, अभिनेता या नात्यांनी कितीतरी गोखले सुपरिचित आहेत. कथाकार अरविंद गोखले, विद्याधर गोखले, दि. वि. गोखले ही आघाडीवरची नाव आहेत. विद्याधर गोखले तर सबकुछ होते. दि. वि. गोखले व्यासंगी पत्रकार होते. दा. वि. गोखले हेही पत्रकार होते. त्यांचे चिरंजीव शरच्चंद्र गोखले समाजशास्त्रज्ञ आहेत. एक एम्. आर. गोखले महाविद्यालयीन पुस्तकं लिहिण्याचे जणू काही ठेकेदार होते. एक गोखले कित्तेवाले गोखले म्हणून प्रसिद्ध होते. श्यामकांत गोखले मोठे ऑफिसर आणि लेखक आहेत. गिरीश गोखले मध्या मुंबई महानगरपालिकेचे कणखर आयुक्त आहेत. कलाक्षेत्रात चंद्रकांत गोखले, विक्रम गोखले, मोहन गोखले हे आहेत. नाटककार, कवी म्हणून बाबूराव गोखले प्रसिद्ध होते. आणखी

कितीतरी छोटे-मोठे गोखले कुठं कुठं असतील.

फार दूर कशाला? देवधर हे आडनाव घ्या. ह्या आडनावाच्या मंडळींना काही ना काही करून आपलं देवधरपण टिकवावंच लागतं. हे आडनाव धारण करणारे क्रिकेटपटू प्रसिद्ध आहेत. प्रा. दि. ब. देवधर हे नाव क्रिकेटक्षेत्रात धावांच्या शतकांप्रमाणेच आयुष्याचं शतकही गाजवून गेलं. ज्योत्स्ना देवधर कथालेखिका म्हणून प्रसिद्ध आहेत. प्रभाकर देवधर हे वजनदार नाव आहे. राजीव गांधी पंतप्रधान असताना हे देवधर त्यांचे तंत्रज्ञानविषयीचे अधिकृत सल्लागार होते. यावरून ते किती मोठे आहेत याची कल्पना येईल. स. कृ. देवधर हे आध्यात्मिक विषयांवर भरपूर लेखन करायचे. त्यांची पुस्तकंही बरीच प्रसिद्ध झाली आहेत. सरलाताई देवधर, या ताराबाई मोडक यांच्या शिशुविहार संस्थेत सुमारे अर्धशतक सेवारत होत्या. त्यांनी बरंच बालसाहित्य लिहिलं आहे. वि. ना. देवधर हे मराठी पत्रसृष्टीमध्ये ज्येष्ठ पत्रकार म्हणून प्रसिद्ध आहेत. आता राहता राहिले, वा. ना. देवधर - संपादक 'कल्याण नागरिक' पत्रकार आणि विद्यार्थ्यांसाठी 'धडपड' नामक उपक्रम राबवून त्यांच्यासाठी धडपडणारे शिक्षकही.

शेवटी बुवा हे आडनाव. (साधं) खरं सांगायचं म्हणजे आतापर्यंत जी मोठमोठी आडनावं सांगितली त्या पंक्तीत हे आडनाव बसूच शकत नाही. अगदी खरं सांगायचं म्हणजे, 'बुवा' हे अजूनही व्याकरणदृष्ट्या सामान्यनामच आहे. गाणारे बुवा, भजनी बुवा, कीर्तनकार बुवा वगैरे. केवळ माझ्यामुळे, बुवा या सामान्यनामाला विशेषनामाचा दर्जा प्राप्त झाला आहे. याचाच अर्थ बुवा हे आडनाव आता अर्भकावस्थेत आहे. या आडनावाला गाडगैळ्य, गोखलेपण, देवधरत्व यायला आणखी काही काळ जावा लागेल. (जावो! जावो! तथास्तु)

.८.
माणसांच्या दोनच जाती

शेकडो जातीची माणसं असतात. जातीयता नष्ट करा असं सांगणाऱ्या सरकारकडेच शेकडो जातीच्या सूची तयार असतात. अनुसूचित जाती, अनुसूचित जमाती, भटक्या विमुक्त जाती, मागासलेल्या जाती, दुसऱ्या मागासवर्गीय जाती. टोळीवाल्या जाती, पूर्वास्पृश्य जाती अशा कितीतरी जातींची यादी सरकारकडे जय्यत तयार असते. या जातींना पुढं आणण्यासाठी निरनिराळ्या सवलती देणं आवश्यक असतं. त्यांना पुढं आणण्यासाठी राखीव जागा ठेवणंसुद्धा आवश्यक असतं. एवढ्यात सद्हेतूसाठी सरकारला विविध प्रकारच्या जातींच्या याद्या तयारच ठेवाव्या लागतात. नंतर उरलेल्यांपैकीही काहीजण सरकारला म्हणतात, आम्हालाही मागासवर्गीय जातीत टाका म्हणजे सवलती, सुविधा, राखीव जागा वगैरे मिळतील. पण सरकारला खऱ्या गरजू जाती कोणत्या हे बरोबर माहीत असतं. सरकारी सवलती नसलेल्या जातीसुद्धा कमी नाहीत. तर सांगायचा मुद्दा असा की जाती असंख्य आहेत. जात माना अथवा न माना, जात तुम्हाला जन्मभर चिकटलेली असते. काहीही केलं तरी जात नाही. धर्म बदलता येतो. आजचा ख्रिश्चन उद्या हिंदू होऊ शकतो आणि कालचा हिंदू आज बौद्ध होऊ शकतो. एकदा धर्म बदलला की, आधीचा धर्म मुळीच आड येत नाही. जातीचं तसं नाही. ती जणू काही शरीराचाच एक अवयव अशा प्रकारे चिकटून बसलेली असते.

धर्म बदलल्यावर मागच्या धर्मात काहीही देणंघेणं लागत नाही. पण धर्म बदलण्यापूर्वी जी जात होती ती मात्र चोर पावलांनी त्या माणसाबरोबर जातेच. एक किस्सा सांगतो. अमुकच धर्माचा का सांगतो असं काही नाही. केवळ मनुष्यस्वभाव कसा असतो हे कळावं म्हणून

सांगतो. फर्नांडिस नावाच्या एका चांगल्या सुसंस्कृत ख्रिश्चन गृहस्थाच्या तरूण मुलाचं प्रेम लिली डिकुन्हा नावाच्या ख्रिश्चन मुलीवर बसलं. दोघांनी लग्न करायचं नव्हतं. ऑफिसातल्या कामातही त्याचं लक्ष नव्हतं. केळकर नावाच्या सहकारी मित्राच्या ही गोष्ट लक्षात आली. केळकरांनी उदासिन असण्याचं कारण विचारल्यावर फर्नांडिस म्हणाला, "माझा मुलगा लिली डिकुन्हाशी लग्न करणार आहे हे मला पसंत नाही. म्हणून मी नाराज आहे."

"यात नाराज होण्यासारखं काय आहे? दोघे एकमेकांना पसंत आहेत. दोघांचा धर्मही सारखाच आहे." केळकर म्हणाले, "करू दे ना त्यांना लग्न."

"केळकर ते सगळं मलाही मान्य आहे, पण आम्ही उच्चवर्णीय ख्रिश्चन आहोत. कन्व्हर्ट होण्यापूर्वी आम्ही ब्राह्मण होतो आणि डिकुन्हाकडची माणसं ख्रिश्चन होण्यापूर्वी हिंदू धर्मात पूर्वी असृश्य होते ना त्यापैकी आहेत. तुम्हीच सांगा आमच्यासारख्या उच्चवर्णीय ख्रिश्चनाच्या घरात ही लिली डिकुन्हा सून म्हणून कशी चालेल?" शेवटी धर्म बदलला तरी जात काही माणसाला सोडत नाही. सुंभ जळला तरी पीळ कायम राहातो. त्याप्रमाणे धर्म बदलला तरी जातीचा पीळ कायम राहातो.

हे झालं पारंपरिक अटळ जातींविषयी. याशिवाय माणसांच्या जातींचा आणखी एक प्रकार आहे. या प्रकारच्या जाती, पुष्कळ असल्या तरी प्रत्येक जातीचे फक्त दोनच पोट प्रकार असतात. पारंपरिक जातीव्यवस्थेत ब्राह्मणात चित्पावन ब्राह्मण, देशस्थ ब्राह्मण, कऱ्हाडे ब्राह्मण, देवरुखे ब्राह्मण असे चार पोटप्रकार आहेत. सोनारात देशस्थ लाड सोनार, दैवज्ञ सोनार वगैरे प्रकार आहेत. कोळ्यात महादेव कोळी, सोनकोळी इत्यादी प्रकार आहेत. शिंप्यांत आहेर शिंपी, नामदेव शिंपी असे पोटप्रकार आहेत. सारस्वतात त्यांच्या वर्तगळ मठ, काशी मठ, चित्रापूर मठ वगैरेप्रमाणे पोटप्रकार आहेत. याशिवाय कुडाळदेशकर सारस्वत निराळे. मी आता जे जातींचे प्रकार सांगणार आहे त्यात मात्र फक्त दोन दोनच पोट प्रकार जोडजातीचं प्रारंभीचं वाक्य समान असतं. 'माणसाच्या जाती दोनच असतात' हेच ते वाक्य होय.

काही काही माणसं आपल्याच रुबाबात असतात. स्वत:ला मोठे तालेवार समजतात. त्यांचं शरीर उभं आडवं प्रशस्त असतं. शरीराला साजेशा पाचुंदाभर मिशा असतात. आवाजात जरब असते. असं व्यक्तिमत्त्व कित्येक लोकांना लाभलेलं असतं. अशी माणसं घरचे श्रीमंत तरी असतात किंवा (मिशा वगळून) ऑफिसात बॉस तरी असतात. ही एक जात झाली.

या जातीला पूरक अशी एक जात असते. या जातीची माणसं मवाळ

असतात. फाटक्या अंगाची असतात. व्यक्तिमत्त्व म्हणतात ते त्यांच्याकडे नसतंच. नुसता मनुष्यप्राणी एवढीच अशा माणसांची ओळख पुरेशी असते. यापेक्षा अधिक काही सांगण्यासारखंच नसतं. चेहरा जमेल तेवढा पडलेला असतो. त्यांना कोणतेही काम सांगा. करायला लागतात. स्वत:हून त्यांना कोणतेही काम सुचत नाही. प्रत्येक काम दुसऱ्या कोणीतरी सांगितल्यावर करणार या दोन जातींच्या माणसांबद्दल सूत्रमय बोलू या.

"माणसाच्या जाती दोनच असतात. त्यापैकी एक कामसांगे असतात आणि दुसरे सांगकामे असतात."

स्वातंत्र्यपूर्व काळात काँग्रेस हा एकच पक्ष मोठा होता. त्या पक्षात सज्जन थोडे आणि कुठून कुठून जमा झालेले नामांकित लुच्चेही होते. राजकारण म्हटलं की तो साधुसंतांचा मेळावा नसतो. तिथं काय काय चालतं ते सध्याच्या काळात वावरणाऱ्यांना तर सांगण्याची आवश्यकता नाही. सभ्य माणसं तर दुर्मीळ होत चालली आहेत. बेरकी, चतुर, स्वार्थ परायण, सत्तालोलुप माणसं राजकारणात होती आणि बाकीची बहुसंख्य माणसं सभ्य होती. स्वातंत्र्यपूर्व काळात जमनादास मेहता हे एक पुढारी होते. ते काँग्रेसची नेहमी चेष्टा करायचे. आता दोन जाती फॉर्म्युलाकडे येऊ या. ते म्हणायचे, 'माणसांच्या जाती दोनच आहेत. एक - काँग्रेसमेन आणि दुसरी जंटलमन.'

काही माणासांना धाडस करायची सवयच असते. चालण्याऐवजी उड्या मारणं. नारळाच्या झाडावर शेंड्यापर्यंत चढणं यापासून ते शर्टच्या बाह्या मागं सारत गावातल्या दुकानदारांना उद्देशून, 'मुकाट्यानं दुकानं बंद करा अशी नम्र विनंती आहे' असं म्हणण्यापर्यंत किंवा भारी भारी खुनाच्या लाखा लाखाच्या सुपाऱ्या घेण्यापर्यंत त्यांच्या धाडसाची मजल जाते. याउलट काही माणसं अगदीच शामळू असतात. बायकोपुढंही त्याचं काही चालत नाही. ऑफिसात कारकून असतील तर त्यांना प्यूनसुद्धा, 'ओ खरवंडे मास्तर उद्या येताना बिडी बंडल घेऊन या' असं दमात सांगतो. हिंस्र प्राणी असतो. साहेबांनी बोलावलं की, आपण कमीत कमी सिंहाच्या जबड्यात चाललो आहोत असं वाटतं. जातींची अशीही एक जोडी असते.

"माणसांच्या जाती दोनच, एक शूर माणसांची आणि दुसरी नेभळट माणसांची."

काही माणसांना नेतृत्व करण्याचीच सवय असते. शाळेत शिकत असताना मॉनिटर होतील. वर्गाच्या क्रिकेट टीमचा कॅप्टन होतील. चाळीतल्या गणपतीची वर्गणी गोळा करण्यात पुढाकार घेतील. त्यांच्या रक्तातच नेतृत्व असतं, अशी

माणसं मिशाबिशा आल्या की सोशल वर्कर म्हणून सेल्फ अपॉइंटमेंट करून घेतात. (संस्कृतमधून भारी उपमा द्यायची झाल्यास. 'स्वयमेव मृगेन्द्रता' ही द्यावी लागेल. 'अरण्याचा राजा' ही त्यानं स्वत:च करून घेतलेली नेमणूक असते.) पुढं नगरसेवक होतात. तालुका पंचायत, जिल्हापरिषद, राज्य विधानसभा, पुढं लोकसभा अशी त्यांच्या नेतृत्वाची वर्तुळं मोठी मोठी होत जातात. तिकडे जमलं नाही तर नेतृत्वाची ट्रेड युनियन या नावाची फार मोठी शाखा आहे. या शाखेलाही हल्ली फारच चांगले दिवस आहेत. कामगारांच्या काय मागण्या आहेत हे कामगारांना माहीत नसतं पण पुढाऱ्यांना माहीत असतं. तुम्हाला काय म्हणायचं आहे ते 'मी सांगतो' असं म्हणून ते नेते बनतात. बिचारे लाखो मतदार आणि कामगार! त्यांना स्वत:चा व्हॉईस नसतो आणि चॉईसही नसतो. पुढारी सांगतील तोच त्यांचा व्हॉइस आणि चॉईस असतो. आता ते महावाक्य. ''माणसाच्या जाती दोनच असतात. एक पुढाऱ्यांची आणि दुसरी (कुणी मेंढरे हाका बिचारी अशा) अनुयायांची!''

राजकीय क्षेत्र हे हल्ली दिवसेंदिवस सर्वव्यापी होत चाललं आहे, राजकीय पक्ष किती याचा हिशेबच नाही. मतभेद झाला की काढ नवा पक्ष, काहीही खुसपट काढून नवा पक्ष आणि नवे अध्यक्ष वगैरेचा सुकाळ झाला आहे. सत्ताप्राप्ती हे प्रत्येक पक्षाचं अंतिम ध्येय असतं. ते ध्येय कोणताही पक्ष प्रत्यक्ष बोलून दाखवत नाही. 'जतनेची सेवा करण्यासाठी आम्हाला सत्ता पाहिजे. सत्तेवर आल्यावर पाच वर्षं आम्ही रात्रंदिवस जतनेची फकस्त सेवा करणार आहोत' असं सांगतात.

पक्ष शेकडो असले तरी कोणता तरी पक्ष (कुणाच्या तरी बाहेरून पाठिंब्यानं का होईना) सत्तेवर येतो आणि बाकीचे शेदोनशे पक्ष सत्ता कधी मिळेल याची वाट बघत बसतात. इथंही पक्षांच्या दोन जाती आहेतच. 'राजकीय पक्षांच्या मुख्य जाती दोनच. एक सत्ताधारी पक्षाची आणि दुसरी सत्ताकांक्षी पक्षाची.'

काही माणसांना आपण गुरू आहोत, अज्ञजनांना भवसागरातून तारून मोक्षाप्रत नेण्याचं कार्य परमेश्वरानं आपल्यावर सोपवलं आहे असे स्वत:च ठरवतात. मग गुरूला साजेसा भगवा युनिफॉर्म घालतात. (राजकीय भगवा नव्हे - आध्यात्मिक भगवा) स्वत:ची मूळ छबूराव पेगडे, बाळकोबा ढेपळे असली नावं टाकून देतात आणि आत्मानंद भारती, चिदानंद सरस्वती, परमानंद वाचस्पती असली भक्कम आध्यात्मिक नावं धारण करतात आणि कमर्शियल पद्धतीनं अध्यात्म सांगू लागतात. बाकीच्या हजारो लोकांच्या अंगी असलं धाडस नसतं. त्यामुळे त्यांनी या गुरूंचे शिष्य होणं एवढंच करणं शक्य होतं. महावाक्य : ''माणसाच्या जाती दोनच - एक गुरूची आणि दुसरी गरीब बिचारी शिष्याची.''

काही म्हणजे हजारो माणसं आयुष्यभर कष्ट उपसत असतात. तरीही त्यांचा

संसार रखडत रखडत चाललेला असतो. संसाराला मदत म्हणून बायकोही काही ना काही कष्ट करत असते. अशी माणसं 'कष्टाचारी' असतात. याउलट काही काही माणसं अशा मोक्याच्या जागेवर ठाण मांडून बसलेली असतात की, तिथं बसून वाटेल तेवढा अगदी हजार हजार कोटीपर्यंत भ्रष्टाचार करता येतो. अशा महापुरुषांना 'भ्रष्टाचारी' म्हणतात. ते एवढे श्रीमंत होतात की, पुढच्या पाच/सहा पिढ्या गरीब होणंच अशक्य होऊन बसतं. आता महावाक्य : ''माणसाच्या जाती दोनच असतात- एक कष्टाचारी लोकांची आणि दुसरी भ्रष्टाचारी लोकांची.'' आता शेवटची जात : ''माणसाच्या जाती दोनच एक म्हणजे वाचकांच्या माथी आपलं साहित्य मारणाऱ्या आम्हा लेकांची आणि दुसरी. ते साहित्य सहनशीलतेनं वाचणाऱ्या तुम्हा गरीब बिचाऱ्या वाचकांची!''

.९.

मी आरसा बोलतोय

मानवेतर प्राणी आणि वस्तूही 'बोलतात.' बोलतात या शब्दाला अवतरण चिन्ह आहे. याचा अर्थ, ते प्राणी किंवा वस्तू स्वत: बोलत नसून त्यांचा बोलवता धनी माणूसच असतो. कालिदासाच्या सिंहापासून ते इसापनीतितल्या सिंहापर्यंत सिंहही बोलून गेले आहेत. रघुवंशातला सिंह दिलीपराजाला मनुष्यवाणीनं म्हणाला होता, 'अमुं पुरः पश्यसि देवदारूं, पुत्रीकृतोसौ वृषभ ध्वजेन' याचा अर्थ, 'हे दिलीप राजा, हा समोर तू जो देवदारू वृक्ष पाहत आहेस, त्याला भगवान शंकरानं पुत्र मानला आहे,' असा आहे. त्या काळातले सिंह! संस्कृतमधूनच बोलणार. इसापनीतीमधले सिंह तर बहुभाषिक होते. इसापनीती ज्या ज्या भाषेत लिहिली गेली, त्या त्या भाषा सिंहाला अवगत होत्या. इसापनीती संस्कृतमध्ये अनुवादीत झाली आहे. संस्कृत इसापनीतीतला सिंह कोल्ह्याला विचारतो, 'भो, शृगाल, कुत्र वर्तते मम शत्रुः सिंह?' कोल्हासुद्धा संस्कृत विशारद असल्यामुळे तोही संस्कृतमधूनच सांगतो, 'ओ अनभिषिक्त - अरण्य-सम्राट सर्वशक्तिमान सिंह महोदय, तत्र-कुपजले वर्तते भवत रिपूः सिंहः' इसापनीतीते सिंह आणि कोल्हे आज (म्हणजे जुन्या मॅट्रिकच्या काळात) असते तर दोघांनाही जगन्नाथ शंकरशेठ स्कॉलरशिप मिळाली असती.

द्राक्षं मिळत नाहीत हे पाहून इंग्लिश इसापनीतीतला कोल्हा फाडफाड इंग्लिमध्ये म्हणाला असता, 'दीज ग्रेप्स आर सावर. आय डू नॉट वॉट!' हिंदीत म्हणाला असता, 'ये द्राक्ष बहोत खट्टा है, मुझे नही चाहिये।' तर सांगायचे तात्पर्य हेच की, मानवेतर प्राणी बोलत असत. इसापनीतीतील वस्तू बोलत असल्याच्याही कथा आहेत.

हे अनेक पूर्वाधार घेऊन आरसाही बोलतो यावर तुम्ही विश्वास ठेवला पाहिजे. मनुष्यवाणीनं कोण कधी बोलेल हे सांगता येणं कठीण आहे. जुन्या शालेय पुस्तकात 'मोटार आणि बैलगाडी' यांचे संवाद होते. मोटारही अस्खलीत मराठीतून बोलत असे आणि बैलगाडीही उत्कृष्ट मराठीतून बोलत असे. आता आरसा काय (काय) बोलतो ते पाहूया.

'मी आरसा बोलतोय' वाक्याच्या स्टाइलीवरून थोडंसं दचकलात वाटतं? तसं काही नाही, हे साधं, व्याकरणदृष्ट्या विधानार्थी वाक्य आहे. मी एका सुखवस्तू घरामधला आरसा आहे. मला एका स्टीलच्या कपाटाच्या एका दारावर बसवलं आहे. माझी उंची चार फूट रुंदी एक फूट आहे. माझ्यापासून एक-दीड फूट अंतरावर उभा राहिलं की समोर उभी राहिलेली व्यक्ती आपादमस्तक स्वच्छ (घाणेरडी नव्हे याअर्थी स्वच्छ नाही - तर स्पष्ट याअर्थी स्वच्छ) दिसते. मी ज्या घरात आहे त्या घरात-म्हणजेच फ्लॅटमध्ये सहा-सात माणसं आहेत. फ्लॅट चांगला थ्री रूम किचनचा आहे. घरातल्या माणसांशिवाय गावातले नातेवाईक, बाहेरगावाहून येणारे नातेवाईक, पाहुणेरावळे असा जाणाऱ्या-येणाऱ्यांचा राबता या घरात आहे. प्रत्येकजण मला निरनिराळ्या कामानिमित्त भेटतोच (भेटतेच, हे यात समाविष्ट). अगदीच काही नाही तरी रिकामटेकडा उद्योग म्हणून कुणी ना कुणी तरी मला 'सदिच्छा भेट' देत असतोच (असतेच) त्यामुळे माझी एकंदरीत चांगली करमणूक होते. माझ्यासमोर उभं राहिल्यावर एकेकाचे चाळे बघून घ्यावेत. घरातल्या मुली, मुली-माता यांचा मुक्काम माझ्याकडे बराच वेळ (आणि बऱ्याच वेळा) असतो. माझ्या द्वारा स्वत:कडे बघत असताना, 'अय्या, मी हळूहळू वयात आल्यासारखी दिसू लागले की' पासून ते 'मी अजूनही तिशीतलीच दिसते (माझ्या मानानं हे मात्र मोठे दिसतात.) पर्यंतचे विविध भाव दिसून येतात. या दोन्ही वाक्यांस अनुसरून अकरावीतली मीनल आणि तिची आई मालतीबाई माझ्यात बघत असतात. हे बघत असताना वयास अनुसरून आपापल्या शरीराचं निरीक्षण सुरू असतं. मी आणि स्त्रिया यांचं अतूट नातं असतं. शब्दावर श्लेष केलेलं एक इंग्लिश वाक्य तुम्हाला सांगतो. श्लेष इंग्लिश शब्दावर असल्यामुळे ते वाक्य इंग्लिशमध्येच सांगितले पाहिजे. ते वाक्य असं आहे 'थीशुशिश लशर्षाशि हश --- रीशहशीश.' मी निर्माण होण्यापूर्वी पासून स्त्रिया आहेत आणि त्या अजूनही माझ्यापुढंच आहेत या मराठी अर्थात गंमत येणं शक्य नाही. लशर्षाशि चे अर्थ दोन एक म्हणजे 'पूर्वी' आणि दुसरा 'समोर, पुढं' या दोन अर्थाच्या अनुरोधानं इंग्लिश वाक्य वाचलं की खरी गंमत कळेल.

माधवराव, कुटुंबप्रमुख आहेत. प्रौढ आहेत. पूर्वी काही वर्षांपूर्वी ते माझ्यापुढं

उभे राहायचे तेव्हा ते डोक्यातला एकेक पांढरा केस उपटण्याचा वेळखाऊ उद्योग करायचे. हे करताना त्यांचा नेम नेहमी चुकायचा. डोळ्यांनी पाहून हेरलेला पांढरा केस उपटताना हटकून काळा केस उपटला जायचा. तेव्हा मी आणि जगला-वाचलेला पांढरा केस दोघेही हळूच हसत असू. पुढं पुढं पांढऱ्या केसांची संख्या वाढत जाऊन काळे केस अल्पसंख्य झाले. तेव्हा हे हेअरडाय आणून केस काळे करण्याचा उद्योग माझ्यासमोर उभा राहून होत असे. दाढी करताना तर माझी आणि माधवरावांची रोज गाठभेट होत असते. मिशांची कलाकुसर करणे हा त्यांचा आवडता छंद आहे. रोज सकाळी दाढी करतात. पण कुठं समारंभाला वगैरे संध्याकाळी जायचं असलं म्हणजे ते दुपारी तासभर आधी दाढी करतात. त्यावेळी नेहमीप्रमाणे सुलट आणि नंतर उलट दाढी करतात. दाढीव्याप्त गालावरून आणि हनुवटी, गळा यांच्यावरून हात फिरवून दाढी गुळगुळीत झाली का याची खात्री करून घेतात. मग मालतीबाईंना हाक मारतात. त्या आल्यावर ते लाडात येऊन म्हणतात, (अर्थात हळूच आणि तिथं मुलं नाहीत हे पाहून-कारण ते सभ्य आहेत ना.) 'तुझा हात गालावरून फिरवून बघ. कसं मोरपिसावरून हात फिरवल्यासारखं वाटतं. तेव्हा मालतीबाई त्यांना म्हणतात, 'इश्श! या वयात शोभतं का हे असं?' मग दोघेही आपापल्या परीनं खूश होतात. मग माधवराव छान छान कपडे घालतात. त्यावेळीही ते माझ्यापुढे उभे असतात. आपण काहीच्या काही हँडसम दिसतोय. अगदी कपड्यांच्या जाहिरातीतल्या मॉडेलप्रमाणे, असं त्यांना वाटतं.

मालतीबाई तर वतनदारच! त्यांचा मुक्काम माझ्यापुढंच असतो. कपडे बदलणं माझ्या साक्षीनं होत असतं. एका वाक्यात सगळं काही आलं. साडी नेसून झाल्यावर पदर कसा ठेवायचा याची ट्रायल होते. साडीचे पायाजवळचे काठ मागच्या बाजूनं पायाच्या टाचेखाली घेऊन जागच्या जागी एक-दोन इंच उंचीच्या उड्या मारणं हा अप्रतिम कार्यक्रम त्या करतात. तसं केलं म्हणजे साडी मागच्या बाजूने टाचेच्या वर जात नाही. म्हणून त्या लघु उड्या मारतात.

चिरंजीव अभिजीत यानं स्टायलित दाढी ठेवली आहे. दाढी कुरवाळणं, मिशांना पीळ देणं, त्यांची योग्य ती देखभाल करणं यात त्याचा वेळ जातो. मधूनमधून दाढीचं ट्रिमिंग होत असतं. अंघोळ करून टॉवेल गुंडाळून तो माझ्यापुढं उघडा राहतो. तेव्हा आपली छाती कशी 'ही मॅन' सारखी आहे, दंड कसे पिळदार आहेत, एकंदर बॉडी कशी रेखीव आहे याचं निरीक्षण करतो आणि मग निरीक्षणोत्तर कौतुकही स्वत:च करून घेतो. हे सगळं माझ्यासमोर माझ्या साक्षीनं चालतं.

मालतीबाईचा थोरला भाऊ त्यांचे नाव श्यामराव आहे. ते नेहमी येतात. बायकोच्या भावाने नेहमी यायची चालच असते, हे श्यामराव लहान नाहीत. त्यांनी

चाळीशी ओलंडली आहे. त्यांच्या डोक्यावरचे केस झपाट्याने गळाले. जाहिरातीतील तेलं लावल्यामुळे गळाले की न लावल्यामुळे गळाले कुणास ठाऊक? सध्या त्यांच्या डोक्यावर पुढच्या बाजूला समोर आठ, मध्ये नि:केश प्रदेश पुन्हा सुमारे पंधरा केस, पुन्हा नि:केश प्रदेश, मग सुमारे बारा-तेरा केस आणि आणखी तुरळक पाच-सहा केस असं मिळून जेमतेम चाळीस-बेचाळीस केस संपूर्ण डोक्यावर आहेत. हिंदी सिनेमातल्या तमाम हीरोंच्या नारळाच्या झावळ्यासारखी केसांची छपरं असतात. त्याच्या बरोबर उलट स्थिती. श्यामरावांना त्या बेचाळीस केसांचं भारी कौतुक आहे आले की, पँटच्या मागच्या खिशातून छोटा कंगवा ते काढतात. आणि तल्लीन होऊन डोक्यावरच्या वैराण वाळवंटातील तुरळक केसांच्या ओॲसिसवरून छोटा कंगवा फिरवतात. आहेत ते चाळीस-बेचाळीस केस लांब आहेत. त्यामुळे डोक्यावर केसांच्या रेषा तयार होतात. त्या उर्वरित श्यामरावानिष्ठ केसांचं श्यामरावांना भारी आकर्षण वाटतं. केशाकर्षण म्हणतात ते हेच असावं असं वाटतं.

याशिवाय अनेकजण माझ्यापुढे उभे राहून नाना प्रकारचे चाळे करतात. हनुवटीवर बोट टेकवून आपण कशी दिसतो हे मीनल बघते, मालतीबाई मेकअप करून 'अजूनही मी यौवनात' चा खटाटोप माझ्यापुढे उभ्या राहूनच करतात. दिवसभर कुणी ना कुणी तरी माझ्यापुढे उभा / उभी असतोच / असतेच. निरनिराळ्या व्यक्तींचे विविध चाळे बघून माझी छान करमणूक होते तर कधी कधी मला संकोचल्यासारखंही वाटतं. आरसा म्हटल्यावर हे चालायचंच.

***

.१०.

गीत-संगीत-पार्श्वसंगीत

आपण मंडळी एकंदरीत संगीत प्रेमीच आहोत. वेदकाळातील सामवेदापासून संगीताची परंपरा चालत आली आहे. सामवेद गायनाच्या दृष्टीनं शास्त्रशुद्ध होता.

तिथून 'गायनाची सुरुवात झाली. पुढे पुढं हे प्रकरण आणखीच वाढत गेलं. वेदामधल्या ऋचा घ्या, काव्यग्रंथ घ्या किंवा मौखिक पद्धतीनं पिढ्यान्‌पिढ्या चालत आलेली लोकगीतं घ्या, गीतरचना, काव्यरचना सतत होत आली आहे. गद्यात बोलणं आणि काव्यात, गीतांत बोलणं यामध्ये एक मुख्य फरक आहे. तो म्हणजे गीतांना वाद्यांची साथ असावी लागते. तरच गीत अधिक कर्ममधुर वाटतं. वाद्य म्हटलं की वाद्याचे प्रकार आले. जाताजाता सांगून टाकतो. (तेवढाच माझा शहाणपणा) १) घनवाद्य कशावर तरी काहीतरी आपटल्यावर आवाज होतो. उदा. दोन्ही तळहात एकमेकावर आपटा, टाळी वाजली. चिपळ्या हेसुद्धा घनवाद्य आहे. तळहात, चिपळ्या, झांज, टिपऱ्या वगैरे २) अवनद्ध वाद्य : चामडं एखाद्या आतून पोकळं असणाऱ्या विशिष्ट वस्तूला घट्ट आवळून बांधलं की त्या चामड्यातून आवाज काढता येतो. तबला, ढोल, मृदंग, ढोलकी, डमरु किंवा किंचित फरकानं डफ, दिमडी, खंजिरी वगैरे ३) सुषीर वाद्य : तोंडानं हवा फुंकून वाजवायचं वाद्य. बासरी, सनई, तुतारी, बँडमधली काही वाद्यं वगैरे. ४) तंतुवाद्य : तारांनी बनवलेली, वाद्य. तार हा मुख्य घटक असतो. वीणा, सतार, व्हायोलियन वगेरे. गीताला वाद्याची साथ असली म्हणजे गीत अधिक कर्णमधुर आणि मनोवेधक होतं. हे लक्षात आल्यावर गावठीपासून शास्त्रशुद्धपर्यंत नाना प्रकारची शेकडो वाद्यं जगभर तयार

होत आली आहेत. किती नावं सांगावीत? शेवटी गीत एक आणि पार्श्वसंगीत म्हणून पन्नास, पन्नास वाद्यं इथवर वाद्यांनी संगीत क्षेत्र पादाक्रांत केलं आहे. 'अरब आणि उंट' या गोष्टीतल्या उंटानं हळूहळू सरकत, त्याला आपल्या राहुटीमध्ये घेणाऱ्या अरबालाच बाहेर हुसकावलं तसलाच प्रकार पार्श्वसंगीतानं केला आहे. गीताला अधिक सांगीतीक माधुर्य यावं म्हणून वाद्यं हळूहळू हलक्या आवाजामध्ये वाजवली जात असत. पुढं वाद्यांची संख्या सतत वाढत गेली आणि हल्ली म्हणजे गेल्या सुमारे चाळीस वर्षांपासून वाद्यांची संख्या एवढी वाढली आहे की, वाद्यं, उंट होऊन गीतरूपी अरबाला हुसकावून लावत आहेत असं दयनीय दृश्य दिसतं. गीताच्या प्रारंभी बराच वेळ पार्श्वसंगीतातील वाद्यांचा गोंधळ, मग प्रत्यक्ष गीताची एक ओळ जेमतेम होते न होते तोच पुन्हा वाद्यांचा गोंगाट! काही वेळानंतर गाणाऱ्या व्यक्तीला पुढची ओळ गाण्याची परवानगीच जणू काही दिली आहे, असं पार्श्वसंगीताचं वर्चस्व असतं. ती ओळ संतापक्षणीच पन्नास पाऊणशे वाद्यांचा पुन्हा हल्लकल्लोळ सुरू होतो. कुरुक्षेत्रावर विविध रणवाद्यांचा एवढा प्रचंड असा ध्वनी निर्माण होतो की, अक्षरशः 'हृदयानि व्यदारयत्' (गीता अध्याय १) अशी स्थिती होती. मग दबकत दबकत पुन्हा गीताची आणखी एक ओळ म्हटली जाते. पाठोपाठ पुन्हा पार्श्वसंगीताचा गडगडाट, कडकडाट, दणदणाट! याला पार्श्वसंगीत का म्हणायचं असा प्रश्न पडतो. इथं पार्श्वसंगीत पुर:संगीत होऊन थयथयाट करतं आणि खरं म्हणजे जे मुख्य ते गीत अडगळीमध्ये पडल्यासारखं वाटतं. त्या मानानं मराठी गीतांचं पार्श्वसंगीत माफक असतं. हा समंजसपणा नव्हे तर जास्त वाद्यं आणि जास्त वादक आर्थिकदृष्ट्या परवडले पाहिजेत ना? असो, मूळ मुद्दा प्रचंड पार्श्वसंगीताचा आहे. पार्श्वसंगीताचा हा धुडगूस कानांना पेलवत नाही. माणसांचे कान तसे फार मोठे किंवा लांब नसतात. अशा या लहान कानांत पन्नास पाऊणशे वाद्यांचा प्रचंड आवाज कोंबून कोंबून तरी किती कोंबायचा? पार्श्वसंगीत हे प्रकरण एवढं वाढलं आहे की, बऱ्याच वेळा भाबडेपणानं असं वाटतं की, मुख्य कार्यक्रम आहे तो कानतोड (चाल : मुहतोड) पार्श्वसंगीताचा आणि मधेच मिनिटभर सर्व वादकांना मोकळेपणानं श्वास आणि क्षणभर विश्रांती घेता यावी म्हणून लता, आशा, मुकेश वगैरेंना गीताची एखादी ओळ गाण्याची संधी दिली जात असते. श्वास आणि विश्रांती संपली की, गायकांना खूण 'इस्टॉप'! पार्श्वसंगीत सुरू होत आहे.' पार्श्वसंगीत या प्रकारानं संगीताच्या किंवा गीतांच्या मर्यादा ओलांडून पडद्यावर गद्यातले संवाद चालू असताना त्या संवादांवरही पार्श्वसंगीतानं आक्रमण केल्याचं आपण पाहतो. पाहतो एवढ्याचसाठी म्हणायचं की, ऐकतो, असं म्हणायची सोयच नाही. संवाद ऐकूच येत नाहीत. एवढ्या मोठ्या आवाजात ढ्यां ढ्यां ढ्यां पार्श्वसंगीत चालू

असते. त्याही पलीकडची गोष्ट म्हणजे गीतही नाही, संवादही नाहीत, नुसतीच दृश्यं आहेत तरीही पार्श्वसंगीताचं दळण तिथंही चालूच असतं. पार्श्वसंगीतामुळे योग्य वातावरणनिर्मिती होते असा त्या मंडळींचा दावा असतो. कसली डोंबलाची वातावरणनिर्मिती! कान फुटून जायची वेळ येते. चित्रपटात पडद्यावर दिसतात ती चित्रं मूळची जिवंत व्यक्तीची असली तरी, चित्ररूपात असताना निर्जीव असतात. ती निर्जीव चित्रंसुद्धा कधीतरी त्या पार्श्वसंगीतावाल्यांना ओरडून सांगतील की, ''अरे ए तांशावाजंत्रीवाल्यांनो, आमचा गद्यातले डायलॉग चालले आहेत. कुंजात बसून प्रेमाचं नाजूक नाजूक बोलत आहोत. इथं तुमचा बेंडबाजा कशाला वाजवता? आम्ही इथून उठून गेल्यावर काय वाजवायचं ते वाजवत बसा.'' पार्श्वसंगीताविषयी आणखीही सांगता येण्यासारखं आहे.

गीत या गोष्टीकडे बघू या. पूर्वी म्हणजे बोलपटाच्या प्रारंभीच्या काळात आणि पुढंही काही वर्ष मराठी आणि हिंदी सिनेमातली गीतं साहित्यदृष्ट्याही सकस असायची. गीताचा नव्हे तर काव्याचा दर्जाही कित्येक गीतांना असे. परंतु ते दिवस गेले. चित्रपटयुग सुरू होण्यापूर्वी पन्नास एक वर्ष मराठी नाटकं गात होती. मराठी नाटकांचं वैशिष्ट्य म्हणजे ती संगीत नाटकं होती. त्यामुळे नाटक हा प्रकार लोकप्रिय झाला. नाटकातल्या गीतांना 'पद' म्हटलं जात असे. एकेका नाटकात कित्येक पात्रांच्या तोंडी दहा काय, बारा काय, पंधरा काय इतकी पदं असत. नाटकभर पदांचा खच पडलेला असे. प्रत्येक दोन पदांच्या फटीत मधूनमधून संवाद आहेत असे वाटायचं. गद्य संवाद पटकन बोलून व्हायचे लगेच तानायुक्त पद सुरू.

पुष्कळ पदांच्या बाबतीत एक ऐकीव गोष्ट अशी आहे. अण्णासाहेब किर्लोस्करांचं 'सौभद्र' हे नाटक उत्कृष्ट, एव्हरग्रीन असं नाटक आहे. या नाटकातली सर्व पदंही अण्णासाहेबांनीच रचली होती. उत्साहाच्या भरात पदांची संख्या खूपच झाली. मराठी रंगभूमीचे प्रवर्तक विष्णुदास भावे यांना, 'सौभद्र' पाहण्यासाठी सन्मानपूर्वक निमंत्रित केलं होतं. नाटक चालू असताना पदामागून पद, पदामागून पद, पदामागून पद असा सपाटा चालू होता. नाटक तसं चांगलं रंगतही होतं. नाटक कसं वाटलं, असं अण्णासाहेब किर्लोस्करांनी विष्णुदास भावे यांना विनयानं विचारल्यावर, विष्णुदास भावे म्हणाले, ''नाटक उत्तम आहे. मला आवडलं. पदंही चांगली आहेत. प्रत्येक पात्राच्या तोंडी भरपूर पदं आहेत. पदांची रेलचेल झाली आहे. तरीही पदांच्या बाबतीत एक थोडीशी उणीव राहिली आहे.'' हे ऐकताच अण्णासाहेब म्हणाले, ''सांगा, सांगा! ती उणीव येत्या प्रयोगाच्या वेळी भरून काढतो.'' तेव्हा विष्णुदास भावे आपल्या विशाल मिशाआडून मिस्किल स्मित करत म्हणाले, ''अण्णा, उणीव अशी आहे की, या नाटकाची तिकिटं विकणारा बुकींग

क्लार्क आहे ना, त्या बिचाऱ्यानं काय पाप केलंय? त्याच्याही तोंडी एखादं पद घाल ना!'' अण्णासाहेब काय समजायचं ते समजले आणि नाटकातली काही पदं कमी केली.

पदांमुळे त्या काळात मराठी नाटकं खूप गाजली. गाणं ऐकण्याची हौसही संगीत नाटकांमुळे भागत होती. दुसरं म्हणजे सर्वसामान्य लोकांना नाटक हेच प्रामुख्यानं मनोरंजनाचं साधन होतं. त्याचा पुढं अतिरेक झाला. प्रत्येक नाटक संगीतमय, काही वर्षं मराठी रंगभूमी संगीत नाटकांमुळे गाजली तीच मराठी रंगभूमी पुढं संगीतामुळे 'गाजली' मधील 'गा' वर अनुस्वार पडून प्रेक्षकां ना पारखी होऊ लागली. त्यातूनच पुढं नाटकाचं नवं मन्वन्तर सुरू झालं. भावगीत ढंगाची मोजकी पदं. बस्स. त्यामुळे ही नाटकं सुसह्य झाली. पुढं पुढं तर पदं-गीतं विरहीत नाटकं सुरू झाली आणि संगीत नाटकं मागं पडली.

नाटक काय, चित्रपट काय यातली गीतं मेड टु ऑर्डर अशी असतात. अमुक हिरो आहे. अमुक हिरॉईन आहे. लव्ह सीन आहे. दोघेजण शेतातली उभी पिकं तुडवत, गवताच्या काड्या चघळत, गडबडा लोळत गात आहेत अशा सिच्युएशनवर द्वंद्वगीत पाहजे अशी कवीकडे ऑर्डर नोंदवली की, ''वन फोर थ्री (आय लव्ह यू) इलु इलु'' हे फिल्मी गीत तयार होतं. हँडल मारलं की एक गीत मिळतं.

* * *

.११.
लगेच डोकं गरम

तसं पाहिलं तर आपला देशच उष्ण कटिबंधातला आहे. विषुववृत्तापासून उत्तरेत ८ अक्षांशापासून ३७.६ अक्षांशापर्यंत पसरलेला आहे. त्यामुळे हा पट्टा साधारणपणे गरम हवामानाचाच आहे. हे नैसर्गिक कारण झालं. याचा काही तरी प्रभाव इथल्या माणसांवर पडणं साहजिक आहे. हा गमतीचा भाग सोडून द्या. पण हल्ली मी एक पाहून ठेवलं आहे. माणसं लगेच गरम होतात. थंडपणा त्यांना मान्यच नसतो. पूर्वीची माणसं किती छान छान शांत असायची. अगदी मख्खसुद्धा असायची. गरम होणं त्यांना जमतच नसे. कितीही अन्याय झाला, कितीही गैरसोय झाली, कितीही त्रास झाला, कितीही अपमान झाला आणि कितीही काहीही झालं तर हे आपले शांतच! हल्ली हा शांत नावाचा स्वभाव कुठं गायब झाला आहे. कुणास ठाऊक?

हल्लीचं जीवन फार धकाधकीचं झालं आहे. प्रदूषणयुक्त झालं आहे, गुंतागुंतीचं झालं आहे. शांत स्वभावाला हे वातावरण मानवण्यासारखं नव्हतं. म्हणून शांत स्वभाव न कळवताच निघून गेला. एखादा चांगला साहेब बदलून गेल्यावर त्याच्या जागी एकदम खडूस, संतापी, आक्रस्ताळी साहेब आल्यावर जसं होतं तसं झालं. म्हणजे काय झालं शांत स्वभावाच्या रिकाम्या पोस्टवर गरम स्वभावाची नेमणूक झाली. ही नेमणूक दीर्घकालीन ठरली. याची बदली होण्याची अजिबात चिन्हं नाहीत. त्यामुळे आजकाल सर्वांची डोकी, लगेच गरम होतात. झटकन गरम होण्यापूर्वी थोडावेळ शांतपणे विचार करावा म्हटलं तर शांतपणा आहेच कुठं? तो गेला म्हणून तर गरमपणा बदलून इथं आला आहे. माणसं चिडचिड्या स्वभावाची झाली आहेत. त्याचं कारणही हेच. गरम डोकं हा आता

सामाजिक स्तरावरचा आणि राष्ट्रीय पातळीवरचा एकमेव सामुहिक स्वभाव झाला आहे. कुठंही जा, हेच दृश्य दिसेल.

सर्व 'लगेच गरम डोकं'च्या वतीनं प्रतिनिधिक म्हणून श्यामरावांना घेऊ या. श्यामरावांचं डोकं दिवसातून पाचपंचवीस वेळा आणि रात्रीतून दहा-पाच वेळा तरी सहज गरम होत असतं. गरम व्हायला अमुकच मोठं कारण पाहिजे असतं, असं काही नाही. श्यामराव स्टेशनवर तिकीट काढायला गेला असता, लोकल गाड्यांच्या तिकिटासाठी मोठी रांग असते. नंबर हळूहळू सरकतो. श्यामराव गरम होतात, 'च्यायला! तिकीट मास्तर तिकिटं देतो की झोपलाय? सरकारी नोकर ना! असंच संथ चालणार. काही नाही, हिंदुस्थानातल्या झाडून सगळ्या तिकिट मास्तरांना उन्हात अंगठे धरून चोवीस तास सतत उभे केले पाहिजेत.' ऊन चोवीस तास सलगपणे नसतं हे शेजारच्या माणसानं लक्षात आणून दिल्यावर श्यामरावांनी शिक्षेत बदल केला, 'त्यांना आठवडाभर कडक उन्हात अंगठे धरून उभे केले पाहिजेत. कामं करायला नकोत. फुकटचा ऑल इंडिया पास घेऊन बायकोपोरांसह देशभर फिरायला सांगा. ते काम भराभर करतील. काही नाही, या देशात हुकुमशाही पाहिजे. तिकीट मास्तरानं एका तासामध्ये एक हजार तिकिटं विकलीच पाहिजेत, असा वटहुकूम राष्ट्रपतींनी काढला पाहिजे.' श्यामरावांचं डोकं लगेच इतकं गरम होतं. तिकीटाची रांग योग्य प्रकारे पुढं सरकत होती. तिकिट मास्तर योग्य वेगानं तिकिटं देत होता. पण श्यामराव पडले गरम डोक्याचे.

श्यामरावांचं आणि टी.व्ही.चं काय वाकडं आहे. कुणास ठाऊक? टी.व्ही. लागला की, श्यामरावांचं डोकं लगेच गरम होतं, खरं म्हणजे टी.व्ही. वरच्या कितीतरी भिकार कार्यक्रमांमुळे तुमचं आमचं डोकंसुद्धा सहज गरम होऊ शकतं. बारा चॅनेलपैकी कोणतंही चॅनेल लावा, फक्त भिकारपणातला रूचिपालट एवढंच त्यातून निष्पन्न होतं. कणभर सोनं मिळतं म्हणून घमेलंभर माती चिवडत बसावं हे प्रमाण टी.व्ही.च्या कार्यक्रमासही लागू पडतं. खूप भिकार कार्यक्रम पहिल्यावर मधून एखादा चांगला किंवा उत्तम कार्यक्रम बघायला मिळतो. पण चांगल्या कार्यक्रमाच्या गुंजभर सोन्यासाठी भिकार कार्यक्रमांची माती किती चिवडत बसायची. हे सगळं आपल्यालाही माहीत असतं. पण श्यामरावांचं डोकं मात्र लगेच गरम होतं. टी.व्ही. मुळे तरुण पिढी बरबाद झाली. हे मुख्य सूत्र पकडून श्यामराव टी.व्ही.ला शिव्यांची लाखोली वाहतात. कारण त्यांचं डोकं लगेच गरम होतं.

रविवार आहे. सुट्टीचा दिवस आहे. श्यामरावांच्या बायकोनं खायला म्हणून छानपैकी बटाटे पोहे केले. प्लेटमध्ये पोहे घातले, वरती नारळाचा चव आणि कोथिंबीर पसरली. दोन चमचे ठेवले. पाण्याचा ग्लासही आणून ठेवला. श्यामरावांनी

पोहे खायला सुरूवात केली. पाहिले दोन घास, व्हाया नरडं, पोटात सुखानं गेले. आणि तिसऱ्या घासाला श्यामरावांनी हिरव्या मिरचीचा तुकडा दाताखाली चावला. आणि श्यामरांवाचं डोकं लगेच गरम झालं. बायकोला हा हा हा, करत जोरात हाक मारली. 'नालायक, हलकट, बदमाष, हरामखोर, पाजी, बेवकूफ, मूर्ख, ढालगज, चवचाल, टिनपाट, दीडदमडीची कुठली!' श्यामरावांच्या गरम होण्यात एक गोष्ट वाखाणण्यासारखी आहे. त्यांनी कितीही शिव्या दिल्या तरी त्यातली एकही शिवी 'नॉनव्हेज' नसते. त्यामुळे कुटुंबातल्या सर्वांनी एकत्र बसून ऐकल्या तरी कुणालाही संकोचल्यासारखं वाटत नाही. श्यामराव पुढं म्हणाले, 'पोह्यात हिरव्या मिरच्या लपवून मला ठार मारण्याचा तुझा विचार दिसतोय. पेन्शनची नॉमिनी म्हणून तुझं नाव मी लिहून बसलोय. माझीच चूक झाली. मी लवकर 'वरती' कधी जातो आणि माझं पेन्शन तुझ्या नावावर कधी सुरू होतं. याचीच तू वाट बघतेस. या रविवारी पोह्यामध्ये हिरव्या मिरच्या घातल्यास, पुढल्या रविवारी पोह्यात पोटॅशियम् सायनाईड घालायलाही तू कमी करणार नाहीस. माझ्या जिवावर उठलीस!'

श्यामरावांचं डोकं अशा वेगानं गरम होत असतं, डोकं लगेच गरम व्हायला, श्यामरावांना कोणतंही क्षुल्लक कारणही पुरेसं होतं. पावसाळ्याच्या दिवसात बारीक बारीक पाऊस यायला सुरुवात झाली असता, रस्त्यात श्यामराव छत्री उघडू लागतात. ती छत्री लवकर उघडत नाही. उघडली तर वरचा घोडा अडून बसतो. अशा वेळी श्यामरावांचं डोकं, डोक्यावर पावसाचं पाणी पडत असूनही लगेच गरम होतं. लगेच उघडणं आणि लगेच बंद होणं हे काही काही छत्र्यांना जमत नाही. बांबूचा दांडा असलेल्या छत्र्यांना तर अजिबात जमत नाही. श्यामरावांच्या घराण्यात तर गेल्या चार पिढ्यांपासून बांबूचा दांडा असलेलीच छत्री वापरण्याची रीत आहे. मग हे असं होऊन बसतं. श्यामराव न उघडणाऱ्या छत्रीवर खूप संतापतात, तिला उद्देशून नाही नाही ते अपशब्द बोलतात. पण बिचाऱ्या छत्रीला मराठी येत नसल्यामुळे श्यामराव काय बोलले ते कळतच नाही. तरीही श्यामराव गरम डोक्यानं बडबडतच असतात.

लगेच डोकं गरम होण्यासाठी श्यामरावांना वाटेल ते कारण पुरेसं असतं. याची काही उदा. थोडक्यात देतो. बहुतेक नवऱ्यांना गरम-गरम जेवण आवडतं. पण श्यामरावांच्या ताटातला भात आणि वाटीतली आमटी गरम असली की, श्यामरावांचं डोकं गरम झालंच म्हणून समजा. वाटीतली आमटी भातावर ओतावी तर वाटीही श्यामरावांप्रमाणेच गरम झालेली असते. अशा वेळी बिचारी श्यामरावांची बायको हकनाक त्यांच्या संतापाची बळी ठरते. एम. एस. इ. बी. म्हणजे 'मंडे टु संडे, इलेक्ट्रिसिटी बंद' यातील चार मुख्य शब्दांची आद्याक्षरं आहेत, हे आपल्याला

माहित असतं. दररोज लाईट जातात. हे आपल्या अंगवळणी पडलेलं असतं. पण श्यामराव मात्र जितक्या वेळा लाईट जातात तितक्या वेळा मनापासून गरम होतात आणि चवीनं एम. एस. ई. बी. वर चिडतात. जेवायला थोडा उशीर झाला की, श्यामरावांचं डोकं लगेच गरम होतं. रात्री उकडायला लागलं की, ते उकडण्यावर गरम होतात आणि डास चावू लागले की, श्यामरावांचं डोकं लगेच गरम होतं. ते डासांना उद्देशून मराठी भाषेतून नाही नाही ते वाईट वाईट बोलतात. पण डासांना मराठी समजत नसल्यामुळे डासांचं चावणं चालूच असतं.

मी एकदा एका कागदावर एक इंग्लिश वाक्य लिहिलं आणि तो कागद श्यामरावांना दिला. त्यावर असं लिहिलं होतं, Do not lose your temper, nobody wants it. हे वाक्य वाचून श्यामराव माझ्यावरच गरम झाले आणि 'माझं डोकं कधीच गरम होत नसतं' असं त्यांनी संतापून मला सांगितलं. जाता जाता सर्वांनाच उपयोगी पडेल असा एक इंग्लिश उपदेश सांगतो. (तो त्या भाषेतच बरा वाटतो म्हणून.)

Anyone can become angry. It is easy. But to be angry with the right person to the right degree, at the right time, for the right purpose and in the right way that is not easy.

हा ग्रेट उपदेश कुणी केला आहे माहीत आहे का? प्रत्यक्ष ग्रीक तत्त्ववेत्ता ॲरिस्टॉटल यानं केला आहे. यावरून असं दिसून येतं की, ॲरिस्टॉटलच्या काळातही ग्रीसमध्ये बरेच 'श्यामराव' असावेत. म्हणून त्यानं एवढा सविस्तर उपदेश केला. श्यामरावांना हा उपदेश सांगून बघतो.

***

.१२.

समयसूचकता

पुष्कळ माणसं बरीच शहाणी असतात. तरीही शहाण्याशहाण्यात फरक असतो. काही शहाण्यांना प्रत्येक गोष्ट वेळच्या वेळी किंवा योग्य वेळी आठवते, तर काही शहाण्यांना, घटना घडून गेल्यावर मग आठवते. या नंतर आठवण्याला किंवा नंतर सुचण्याला काही अर्थ नसतो. नेहमी योग्य वेळी सुचणं हा खरा शहाणपणा होय. शहाणपणापैकी तीन चतुर्थांश शहाणपणा तो वेळेवर सुचण्यात असतो. (पाहिजे तर हे वाक्य सुभाषित म्हणून लिहून ठेवा. आणि नाही लिहून ठेवलं तर काहीही बिघडणार नाही.) खरी शहाणी माणसं असतात ना त्यांना सगळं कसं वेळच्या वेळी सुचत असतं. त्यांच्या ठायी समयसूचकता चांगल्या प्रकारची असते. मोठेमोठे साहित्यिक, राजकारणी, मुत्सद्दी, वकील हेही समयसूचकता दाखवत असतात. समयसूचकता दाखवताना चांगल्या बुद्धिमत्तेची आवश्यकता असते. समयसूचकतेच्या अशाच काही गोष्टी मी आता सांगणार आहे.

आचार्य अत्रे यांची एक समयसूचकता पहा. खूप वर्षांपूर्वी, आचार्य अत्रे याचं पुण्यात व्याख्यान होतं. गर्दी खूप होती. भाषणाला सुरुवात करताना ते म्हणाले, 'सभ्य स्त्री-पुरुष हो', एवढ्यात 'श्रोत्यांच्या गर्दीतून 'ओ' असा (हाक मारल्यावर द्यायचा) प्रतिसाद आला. हा टारगटपणा अत्रे यांच्या लक्षात आला. त्यानं 'ओ' म्हटल्यावर अत्रे लगेच समयसूचकपणे म्हणाले, 'माफ करा हं, मी तुम्हाला उद्देशून बोललो नव्हतो.' त्या 'ओ' देणाऱ्याचा पचका झाला.

पु. लं. ची समयसूचकता बघा. एका व्यासपीठावर थोर शास्त्रज्ञ जयंत नारळीकर आणि पु. ल. देशपांडे होते. नारळीकर भाषणाच्या

प्रारंभी म्हणाले, 'बंधू-भगिनींनो, एक सोडून. आज माझी बायकोही उपस्थित आहे.' नंतर पु. ल. बोलायला उठले. तेही म्हणाले, 'बंधू-भगिनींनो, माझी बायकोही उपस्थित आहे. तरीही बंधू-भगिनींनो, असंच म्हणतो कारण माझी बायकोच मला 'भाई' म्हणून हाक मारत असते.'

संयुक्त महाराष्ट्राची चळवळ जोरात सुरू होती. काँग्रेस एका बाजूला आणि संयुक्त महाराष्ट्र समिती दुसऱ्या बाजूला, असं दृश्य सर्वत्र होतं. मुंबईमध्ये शिवाजी पार्कवर एक विराट सभा भरली होती. एकंदर लोकमत लक्षात घेऊन त्या वेळेचे मुख्यमंत्री यशवंतराव चव्हाण त्या सभेत वक्ते म्हणून उपस्थित होते. आचार्य अत्रे आणि अन्य मोठमोठे पुढारी व्यासपीठावर होते. यशवंतराव, एकंदरीत रागरंग बघून भाषणात म्हणाले, 'आमचं म्हणजे काँग्रेसचंही असं म्हणणं आहे की, संयुक्त महाराष्ट्र व्हावा; त्यात मुंबईचा समावेश व्हावा; बेळगावही त्यात यावं. परंतु संयुक्त महाराष्ट्र समितीचे पुढारी हेच मागताना प्रत्येक खेपेला 'च' पाहिजे; बेळगावाचाही समावेश झालाच पाहिजे. हे जे 'च' प्रकरण आहे ना, ते दिल्लीश्वरांना पसंत, नाही. तुमच्या चळवळीतलं 'च' अक्षर काढून टाका.'

त्यानंतर आचार्य अत्रे बोलू लागले. ते म्हणाले, 'यशवंतराव चव्हाण म्हणतात, आमच्या चळवळीतून 'च' हे अक्षर काढून टाका. ते शक्य नाही. 'च' हे अक्षर आमच्या चळवळीचा प्राण आहे. चव्हाण म्हणतात 'च' काढून टाका. मग त्यांनी आपल्या नावापासूनच सुरुवात करावी. 'चव्हाण' मधून 'च' अक्षर काढून टाकल्यावर खाली 'वहाण' राहते. ते चालेल का ते बघा!

पुण्यात एक सभा होती. जुनी गोष्ट आहे. त्यावेळी विठ्ठलराव गाडगीळ तरुण होते. आचार्य अत्रे यांचा परिचय करून देण्याचं काम त्यांच्याकडे होतं. उत्साहानं परिचय करून देताना, गाडगीळ म्हणाले, 'आचार्य अत्रे फार मोठे साहित्यिक आहेत, याबद्दल प्रश्नच नाही. परंतु ते फार अतिशयोक्ती करतात. वगैरे.' आचार्य अत्रे बोलायला उभे राहिले. पहिलंच वाक्य ते म्हणाले, 'आताच माझा परिचय करून देण्यात आला आहे. मी अतिशयोक्ती करतो असं सांगण्यात आलं. परिचय करून देणारे विठ्ठलराव गाडगीळ हे काकासाहेब गाडगीळ यांचे चिरंजीव आहेत, (लगेच गाडगीळांकडे वळून) काय हो, विठ्ठलराव, यात अतिशयोक्ती नाही ना?'

कधी-कधी उलटा प्रकारही होतो. महाराष्ट्र विधानसभेत आचार्य अत्रे एकदा आमदार म्हणून निवडून आले होते. अत्रे अर्थातच विरोधी पक्षात होते. त्यावेळी यशवंतराव चव्हाण मुख्यमंत्री होते. अत्रे याचं विधानसभेत भाषण सुरू होतं. बोलता बोलता ते यशवंतरावांना उद्देशून म्हणाले, 'मी मोठा साहित्यिक आहे. तुम्ही माझं

साहित्य वाचलं आहे की नाही?'

'थोडंसं वाचलं आहे' यशवंतराव चव्हाण म्हणाले, 'माझं सगळंच्या सगळं साहित्य का वाचलं नाही?' आचार्य अत्रे गर्जना करत म्हणाले.

'तुमच्या विषयीचा आदर टिकून राहावा म्हणून!' यशवंतराव चव्हाण चटकन म्हणाले.

इंग्लडचे पंतप्रधान चर्चिल हे अतिशय चतुर, हजरजबाबी गृहस्थ होते. त्यांच्या समयसूचकतेचे किस्से पुष्कळ आहेत. त्यातलाच एक किस्सा. एकदा, प्रख्यात नाटककार जॉर्ज बर्नार्ड शॉ यांनी, त्यांच्या नवीन नाटकाचे दोन कॉंप्लिमेंटरी पास चर्चिल यांना पाठवले. हे पास नाटकाच्या पहिल्या प्रयोगाचे होते. त्या पासासोबत शॉ यांनी एक चिठ्ठीही चर्चिल यांना लिहिली होती. चिठ्ठीत म्हटलं होतं,

'सोबत दोन पास आहेत. एक तुमच्यासाठी आणि दुसरा तुमच्या मित्रासाठी, जर तुम्हांला एखादा मित्र असेल तर! - शॉ. चर्चिल यांना हे सर्व मिळालं. चर्चिल यांनी ते दोन पास शॉ यांच्याकडे परत पाठवले. सोबत एक चिठ्ठी लिहिली. त्यात असं म्हटलं होतं की, 'शॉ, नाटकाच्या पहिल्या प्रयोगाचे दोन पास पाठवल्याबद्दल मी आभारी आहे. परंतु पूर्वनियोजित कार्यक्रमामुळे मी पहिल्या प्रयोगाला काही येऊ शकत नाही. तथापि दुसऱ्या प्रयोगाला अवश्य येईन, जर यदाकदाचित दुसरा प्रयोग झालाच तर! - चर्चिल.'

दुसरं महायुद्ध जोरात सुरू होतं. इंग्लड या महायुद्धात चांगलंच गुंतून बसलं होतं. युद्धाचं नेतृत्व, पंतप्रधान चर्चिल यांच्याकडे होतं. पार्लमेंटच्या एका सत्रात चर्चिल यांनी घोषणा केली, 'आता आणखी एक आघाडी सुरू करायची आहे.' पार्लमेंटचे एक ज्येष्ठ सदस्य विरोध करत म्हणाले, 'पहिल्या आघाडीनंच इंग्लंड जेरीला आलं आहे; दुसरी आघाडी कशाला? एका वेळी नेहमी एकच काम करावं.' हा मुद्दा पटवून देण्यासाठी तो पार्लमेंट मेंबर म्हणाला, 'हा माझा हात आहे. या एका हातानं मी एका वेळी फक्त एकच काम करू शकतो. एकाच वेळी एकाच हातानं दोन कामं करता येणं अशक्य आहे.'

हे ऐकल्यावर समयसूचकतेविषयी तत्पर असलेले चर्चिल उभे राहून म्हणाले, 'मला एकाच हातानं एकाच वेळी दोन-दोन कामं करणं सहज जमतं. हे बघा', असं म्हणून चर्चिल यांनी आपल्या हाताचा अंगठा तोंडात घातला आणि तर्जनीनं (शेजारचं बोट) नाकाची शेंडा खाजवणं सुरू केलं. हे करून झाल्यावर चर्चिल म्हणाले, 'मी एकाच वेळी एका हातानं, अंगठा चोखणं आणि नाक खाजवणं या दोन गोष्टी सहज करू शकलो!'

चर्चिल हे खरे मुत्सद्दी आणि राजकारणपटू होते, कोणीही कोणताही प्रश्न

विचारला तरी ते चटकन सरळ उत्तर देत नसत. उलट त्या प्रश्नास अनुसरून स्वत:च एखादा उपप्रश्न, त्या प्रश्न विचारणाऱ्या माणसास विचारत असत. त्यांना हे अगदी सहज करता येत असे. त्यांची ही स्टाईल बऱ्याच जणांना माहीत होती. एक जण आपल्या मित्राला म्हणाला, 'मी चर्चिल यांना अचानक एखादा अगदी साधा प्रश्न विचारतो की, चर्चिल यांना उलट उपप्रश्न विचारणंच शक्य होणार नाही.'

तो तरुण मनुष्य चर्चिल यांच्याकडे गेला. इकडचं तिकडचं बोलून झाल्यावर (पूर्वनियोजित) अचानकपणे चर्चिल यांना त्यानं 'सहज' विचारलं, 'किती वाजले?' चर्चिल यांनी लगेच स्वत:च्या सवयीनं 'तुमच्या घड्याळात किती वाजले.' असा प्रतिप्रश्न विचारला. त्या तरुणाची जिरली.

अमेरिकेचे राष्ट्राध्यक्ष अब्राहम लिंकन हे सुद्धा समयसूचकपणे मार्मिक उत्तरं देण्याविषयी प्रसिद्ध होते लिंकन वकिली करत होते. त्या वेळची ही गोष्ट आहे. काही वकील मंडळी गप्पा मारत बसली होती. गप्पा मारता मारता, गप्पांचा ओघ पायांची लांबी किती असावी याकडे वळला. एक वकील म्हणाले, 'तीन फूट लांब असावी.' दुसरे वकील म्हणाले, 'पावणेतीन फूट असावी.' तिसरे वकील म्हणाले, 'सव्वातीन फूट असावी' कुणी किती कुणी किती असंच सांगत होते. पायांची लांबी नेमकी किती असावी, याबद्दल वकिलांचं एकमत होईना. एवढ्यात अब्राहम लिंकन तिथं आले. एक वकील लिंकन यांना म्हणाले, 'पायांची नेमकी लांबी किती असावी, या बाबतीत आमचं काही एकमत होतं नाही. तुम्हीच सांगा, पायांची नेमकी लांबी किती असावी?' अब्राहम लिंकन खोटा खोटा गंभीर चेहरा करून म्हणाले, 'पायांची नेमकी लांबी ना? सांगतो. कमरेपासून जमिनीला टेकतील एवढी लांबी म्हणजे पायांची नेमकी लांबी!' हे खरं नेमकं उत्तर.

कोर्टात फिर्यादीला, आरोपीचे वकील, म्हणाले, 'मघापासून मी बघतोय मिस्टर फिर्यादी, तुम्ही तुमच्या कोटाच्या खिशांत हात घालून बोलत आहात.' तेव्हा फिर्यादी समयसूचकपणे म्हणाला, 'मिस्टर आरोपीचे वकील, मी माझ्याच कोटाच्या खिशांमध्ये हात घालून बोलत आहे. परंतु तुम्ही वकील मंडळी नेहमी तुमच्या अशीलांच्या कोटाच्या खिशात हात घालून बोलत असता.'

.१३.

गोतावळा

एखाद्या घरात एखादीच व्यक्ती मोठी होते. विद्वान, लेखक, वक्ता, सामाजिक कार्यकर्ता, मार्गदर्शक अशा अनेक नात्यांनी ती व्यक्ती सुप्रसिद्ध असते. वृत्तपत्रांतून त्या व्यक्तीचं नाव नेहमी कोणत्या ना कोणत्या तरी संदर्भात प्रसिद्ध होत असतं. अध्यक्ष, प्रमुख पाहुणे वगैरे म्हणूनही त्याचे फोटो बातमीसह प्रसिद्ध होत असतात. मुख्य म्हणजे ते समाजातल्या सर्व थरांमध्ये लोकप्रिय असतात. ते कुठंही गेले तरी त्यांचं आग्रहपूर्वक, सन्मानपूर्वक प्रेमानं स्वागत केलं जातं. समाजात अशी मोठी माणसंही असतात. सगळेच काही 'पुढारी' 'लीडर', 'सोशल वर्कर' 'आमचे प्रेरणास्थान' 'लाडके नेते' नसतात. अजूनही आता वर्णन केलेली मोठी माणसंही अल्पसंख्येनं का होईना असतात.

असेच एक आदर्श व्यक्तिमत्व. त्याचं नाव मूळ नाव सांगण्यापेक्षा त्याचं अतिशय लोकप्रिय नाव दादासाहेब सांगणंच योग्य आहे. दादासाहेबांच्या वयाला साठ वर्षं पूर्ण झाली म्हणून त्याच्या चहात्यांनी एक गौरवग्रंथ प्रसिद्ध करण्याचं ठरवलं. विविध क्षेत्रातल्या अधिकारी व्यक्तींनी दादासाहेबांच्या कर्तृत्वाच्या विविध पैलूंवर अभ्यासपूर्ण लेख लिहिले. हा गौरव ग्रंथ चांगला दो-अडीचशे पानांचा होता. नुसता वाचनीयच नव्हे तर संग्राह्यही झाला होता.

इथवर सगळं ठीक आहे. मी एक बघून ठेवलं आहे. ही महान व्यक्ती ज्या कुटुंबात जन्माला आलेली असते त्या कुटुंबातले आणि कुटुंबबाह्य जवळचे नातेवाईक सामान्य असतात. (अगदीच सामान्य म्हणणं वाईट दिसतं म्हणून नुसतेच सामान्य) एखाद्या व्यक्तीवर गौरवग्रंथ निर्माण करताना एक प्रथा उगीचच पडून गेली आहे. ती म्हणजे

नातेवाईक मंडळी आणि जवळचे मित्र, यांना त्या गौरवमूर्तींच्या घरगुती आणि आपलेपणाच्या आठवणी लिहायला सांगितलेलं असतं. अडीचशे पानांपैकी दोनशे पानं दर्जेदार उत्तम साहित्य आणि उरलेल्या पन्नास पानांत आठवणींचा धुडगूस असतो. लेखनकलेचं ज्ञान एकालाही नसतं. तरीही जो तो / जी ती अट्टाहासानं लिहितो / लिहिते. या गचाळ घरगुती आठवणींमुळे पुस्तकाचा दर्जाच ढासळतो. प्रत्येक नातेवाईकाला वाटतं आपण लिहिलेली संपूर्ण आठवण (दोन अडीच हजार शब्दसुद्धा) छापून आलीच पाहिजे असा (दूर) आग्रह असतो. जाणकार व्यक्तीनं कापण्यास योग्य असा मजकूर कापून उरलेली आठवण छापली की तो नातेवाईक ठणाणा करत येतो आणि "कुठल्या टिंब टिंबं टिंबं नं माझी आठवण कचाकच कापली. आठवणीचा अस्सल गाभा कापला आणि खाली फक्त चोथा, चिपाडं, टरफलं, बिया, फोलपटं ठेवलंय!"

अनेक नातेवाईकांना कवितेतून आठवण व्यक्त करावीशी वाटते. मग कवितेशी झोंबाझोंबी करून सुमारे चाळीस ओळींची कविता तयार केली जाते. (चार चार ओळींचा एक याप्रमाणे दहा) आद्य कवी वाल्मिकीनं ही कविता वाचली असती तर, आपण केलेल्या त्या, "मा निषाद-' कवितेचं प्रायश्चित म्हणून स्वत: होऊन त्याच तमसा नदीच्या काठी आत्महत्या केली असती. तोबा तोबा हे शब्द माहीत असते तर त्यानं हे शब्द उच्चारून जीवन समाप्त केलं असतं. दुसरी एखादी कवियत्री लडिवाळपणे कवितेतून आठवण सांगते- कुणी लहानपणीची आठवण सांगतो. शेवटी, गौरवग्रंथ काढणाऱ्यांवरही आपल्या हातांनी आपल्याच गालांवर फाड फाड मारून घेऊन तोबा तोबा काय या आठवणी असं म्हणायची पाळी येते, पण नातेवाईकांच्या आठवणी छापण्याच्या रुढीपुढं त्या बिचाऱ्यांचं काहीही चालत नाही. आठवणी छापणंच भाग पडतं. काही आठवणी वाचा.

दादा तुला आठवते का,
लहानपणी ताटभर भात पाहिजे
म्हणून हट्ट केला होतास

पण तो बघ राक्षस आला म्हटल्यावर तू म्हणालास ताटभर नको घासभर पुरे आहे. तेव्हा आम्ही पोट (आमचंच) धरून खो खो खो हसलो. तुला हसता आलं नाही म्हणून तू साधा हसलास. अशी जमाडीजमतीची आमच्या दादाची आठवण

-बहीण

दादासाहेब हे सर्वांचे दादासाहेब असले तरी ते माझे चिंतूच आहेत. चिंतू माझा धाकटा भाऊ. लहानपणी वेंधळा होता. एकदा तो पाटीवर बे चे पाढे लिहीत

होता. पाच पर्यंत पाढे ओळीनं लिहिले पण नंतर सहावरून उडी मारून त्यानं साताचा पाढा लिहिला आणि गंमत म्हणजे सात दाही म्हणताना त्याला सहाचा पाढा विसरल्याचं आठवलं. म्हणून सात नव्वे त्रेसष्ट म्हणून झाल्यावर, सात दाही साठ असं म्हणाला. हे पाहून माझी तर हसून हसून मुरकुंडी वळली. हसून हसून आईचे गाल दुखू लागले. हसून हसून बाबांच्या घशाला कोरड पडली. ही आठवण आजही मला आठवली की माझी पुन्हा हसून हसून मुरकुंडी वळते. आमच्या चिंतूच्या म्हणजे तुमच्या दादासाहेबांच्या अशा मजेशीर आठवणी आहेत.

'माझे हे' आपल्याच तंद्रीत असतात. एकदा ते वन्संच्या मुलीच्या लग्नाला गेले आणि जेवायचंच विरून घरी आले. मग मी भराभरा पिठलं भात केला तेव्हा कुठं जेवले. 'ह्यां' ची नेहमी अशीच कमाल असते. एकदा अशाच एका जेवणात भातावर गोड वरण आणि तूप वाढलेलं होतं. पण हे मात्र लिंबू पिळायलाच विसरले. जेवण संपेपर्यंत लिंबाची फोड तशीच्या तश्शी मिठाशेजारी होती. ही आठवण आठवली की अजून गंमत वाटते.

मी चिंतामणीचा म्हणजे सर्वांच्या दादासाहेबांचा सर्वात लहान म्हणजे अकरा नंबरचा काका आहे. चिंतामणी आणि मी एकदमच एस.एस.सी. झालो. मी त्याला विचारलं, पास झाल्याबद्दल तुला काय वाटतं. तेव्हा चिंतामणी म्हणाला, विचार करून सांगतो. यावरून त्याची विचार करण्याची प्रवृत्ती दिसून येते. दादासाहेब तुम्ही मंत्री व्हा. पंतप्रधान होऊन जगाचं भलं करा... हीच प्रभुचरणी प्रार्थना! जगातले देश सगळे एकत्र करून तुम्ही त्यांचे राष्ट्रपती व्हा, तुम्ही व्हा पुढे-मागे आम्ही आहोत ना, कळिकाळालाही भिऊ नका

नवग्रहांवर राज्य करा. दादासाहेब नवग्रहांवर राज्य करा, नवग्रहांचे पंतप्रधान व्हा, राष्ट्रपतीही व्हा, आम्ही तुमच्या पाठीशी आहोतच. व्हा पुढे, व्हा पुढे, व्हा पुढे.

***

.१४.

मी कोण?

मी कोण? हा प्रश्न अतिशय जुना आहे. अध्यात्मात सुद्धा 'कोहम्' म्हणजे मी कोण हा मूलभूत प्रश्न असतो. मग कालान्तरानं त्याला गुरू भेटतो. गुरू त्याला सांगतो, ''तुला 'कोहम्'चं उत्तर पाहिजे काय? ऐक तर. 'तत् त्वमसि.' म्हणजे, 'तू 'ते' (ब्रह्म) आहेस.'' मग कोहमवाला त्याचा शाध घेऊ लागतो. शोध लागला की तो स्वत: होऊनच गुरूला सांगतो, 'सोहम्.' (मी, ते म्हणजे ब्रह्म आहे.) मूळ मुद्दा हा की, कोहम् हा प्रश्न प्राचीन काळापासून चालत आला आहे. काहीजणांना मात्र मी कोण आहे, याची फारच लवकर ओळख झालेली असते. ''साल्या, मी कोण आहे, माहीत आहे काय,'' यातलं हे कोहम् होय. हे कोहम् फार पॉवरबाज असतं. त्याच्यायला एकेकाचं टकुरंच फोडतं नाही तर मुंडकं फुटबॉलसारखं उडवतं. हे कोहम् महागात पडणारं असतं. त्यापेक्षा अध्यात्मातलं कोहम् निरूपद्रवी आणि मवाळ असतं. कोहम् तत्त्वमसि आणि सोहम् या तीन शब्दांत खेळ खलास.

या दोन्ही शिवाय आणखी एक कोहम्चा वर्ग आहे. आपण नेमके कोण आहोत, याचा शोधच त्याला कधी लागलेला नसतो. सुमार कर्तृत्व, सुमार व्यक्तिमत्व आणि सुमार परिस्थिती अशी तिहेरी सुमार माणसं बरीच असतात. कोहम् कोहम्-मी कोण, मी कोण असं चाचपडणारी बिन चेहऱ्याची माणसं असतात ना त्यांना स्वत:ची अशी ओळख, आयडेंटिटी वगेरे काहीही नसते. हा जो मिस्टर कोहम् बिनचेहरे असतो ना, तो कुणाचा तरी मुलगा असतो, कुणाचा तरी नातू, कुणाचा तरी भाऊ, कुणाचा तरी नवरा, कुणाचा तरी बाप, कुणाचा तरी मेहुणा, साडू, भाचा, आतेभाऊ, मामेभाऊ, मावसभाऊ वगेरे वगैरे असतो. या

कोहम्‌च्या संदर्भात कुणीतरी, “कोण हो हे बाबूराव” असं विचारलं तर उत्तर देणारा म्हणतो, “तो हो, श्यामरावचा मुलगा, जानकीबाईचा नवरा, पिंटूचा बाप, वसंतरावांचा साडू, प्रमिलाबाईंचा दीर.” असं काहीतरी सांगावंच लागतं.

आता कोहम्‌चा आणखी एक वर्ग आहे. या वर्गातही बरेच लोक मोडतात. माझं घराणं या कोहमचं! या कोहम् घराण्याची जी लक्षणं सांगितली आहेत त्याचं प्रतिनिधिक स्वरूप म्हणजे मी आहे. कोणत्याही क्षेत्रात उतरायचं तर त्या क्षेत्राचं ज्ञान पाहिजे; आणि ज्ञानापेक्षा अंगची निराळीच हुशारी असली पाहिजे. हल्लीच्या काळात खऱ्या ज्ञानापेक्षा असल्या हुशारीलाच जास्त भाव आहे. हल्ली जे जे लोक ‘पार पोहोचलेले’ आहेत ते केवळ हुषारीच्या जोरावर. इथं ज्ञान, विद्वत्ता, पांडित्य वगैरेची काहीही आवश्यकता नसते. निरक्षर दरोडेखोर व्यक्तीसुद्धा लोकप्रतिनिधी होऊ शकते. सरसकट चौथी पाचवीपर्यंत शिकलेले नगरसेवक आपापल्या पालिकेचा काही कोटी रुपयांचा कारभार करू शकतात. आणखीही काहीबाही करू शकतात. या प्रत्येक ठिकाणी हुषारी असावी लागते. त्याचबरोबर, समर्थांनी म्हटल्याप्रमाणे, ‘मना श्रेष्ठ धारिष्ट्य जीवी धरावे’ अशी बेडर वृत्तीही असावी लागते. कोट्यवधी रुपयांच्या भानगडी, लफडी, कुलंगडी करूनही, शुद्ध चारित्र्याच्या बाबतीत, हरिश्चंद्र, श्रीराम आणि युधिष्ठिर यांच्यानंतर आपलाच नंबर अशा रुबाबात हे बेडर हुशार लोक वावरत असतात.

मला हे असलं या जन्मी तरी जमणं अशक्य आहे. पुढल्या जन्मीही अशक्य आहे. कारण पुढल्या जन्मीसुद्धा मी या जन्मातले संस्कार घेऊनच जन्माला येणार आहे. मला नेहमी प्रश्न पडतो, तर मग मी कोण? त्याची नेभळट उत्तरं माझ्याकडे भरपूर आहेत. मला कोणत्याही क्षेत्रात ‘यशस्वी’ होता येणार नाही. कारण प्रत्येक क्षेत्रात, प्रत्येक व्यवसायात, त्या त्या व्यवसायाची एक हुशारी लागते. माझ्याकडे नैसर्गिक बुद्धी बऱ्यापैकी आहे. परंतु व्यवसाय परत्वे विकसित व्हायची ‘हुशारी’ मात्र मला येणं एकंदरीत कठीण आहे. असल्या हुशारीचा विकास अनुभवातून करायचा असतो. पण ती बुद्धी, तो विकास ते श्रेष्ठ धारिष्ट्य यांचा माझ्याकडे अभाव आहे. कसा तेच पाहा.

मला कादंबरीकार व्हावं वाटलं होतं. पण भरताड मजकुराचं पाणी घालून कादंबरीची पानं वाढवण्याची हुशारी माझ्या अंगी नव्हती. त्याचप्रमाणे कादंबरीतले तो आणि ती यांचे संवाद लिहितांना प्रत्येक ओळीत एकेक शब्दाचाच संवाद लिहून हां हां म्हणतात. पानामागून पानं भरण्याची हुशारी माझ्याकडे नाही. बरेच प्रसंग, खूप माणसं यांचा होल्डॉल म्हणजे कादंबरी. जोडीला पानं भरून काढणारी निसर्ग-वर्णनं, काय काय म्हणून सांगावं? पंचवीस पानात जे सांगता येईल त्यासाठी वरील

ट्रिक्स वापरून अडीचशे पानांची कादंबरी हाणायला नाही म्हटलं तरी धारिष्ट्ययुक्त हुशारी अंगी असावीच लागते. माझ्याकडे या हुशारीचा अभाव आहे. म्हणून मी कादंबरीकार होऊ शकलो नाही. प्रश्न शिल्लक राहिला,' मी कोण? कवी व्हायचं ठरवलं. डायरेक्ट परमेश्वराचीच एका कवितेत ऐशी तैशी केली. पण कविता सहा ठिकाणी पाठवून सात ठिकाणांहून परत आली. मग मी कोण?

वकील व्हावं असं ठरवलं. पण हे प्रकरण आणखीच कठीण होतं. सलगपणे, भान ठेवून मुद्देसूदपणे खोटं बोलता आलं पाहिजे. प्रत्येक खोटं बोलणं, पुढच्या खोटं बोलण्याच्या संदर्भात काळजीपूर्वक लक्षात ठेवण्याइतकी स्मरणशक्ती तीव्र आणि हुशारी सदैव ताजीतवानी असावी लागते. हे माझ्या अल्पबुद्धीच्या आवाक्याबाहेरचं काम आहे. म्हणून तर मी माझ्या अल्पबुद्धीला झेपणारं असं खरं बोलत असतो. खरं बोलणं सुमार बुद्धीच्या माणसालाही सहज जमतं. खरं बोलण्याचा महत्त्वाचा फायदा म्हणजे, आपण काय बोललो हे लक्षात नाही ठेवलं तरी चालतं. मी आणखी एका कारणासाठी वकील होऊ शकत नाही. ते कारण असं, मला माझ्या खिशातसुद्धा हात ठेवून बोलणं जमत नाही आणि वकीलाला मात्र अशीलाच्या खिशात हात ठेवल्याशिवाय बोलताच येत नाही. एकंदरीत मी वकील व्हायला अनफिट आहे. मग मी कोण?

एकदा वाटलं, आपण डॉक्टर व्हावं. जनतेची म्हणजे रुग्णाची सेवा करावी. पण तिथंही जम बसणं कठीण आहे. हे लक्षात आलं. तिथंही अंगी व्यावहारिक हुशारी लागतेच. डॉक्टरी ज्ञान त्यानंतर, कोणताही पेशंट कोणत्याही डॉक्टराकडे गेला की, (आधीच मनात ठरवलेल्या) 'उत्स्फूर्तपणे' म्हणतो, "अगदी वेळेवर आलात. एखादा दिवस जरी उशीर झाला असतात तर केस आणखी कॉम्प्लिकेटेड झाली असती." हे फसवं वाक्य पेशंट आणि बरोबर आलेले नातेवाईक दोघांनाही फार मोठा दिलासा देतं. म्हणून प्रत्येक हुशार डॉक्टर, पेशंट आला की सलामीचं हे वाक्य जिव्हाळ्याच्या अभिनयासह सोडून देतो. मग पेशंटला रक्त, थुंकी, लघुशंका, हृदय वगैरे निरनिराळ्या तज्ज्ञांकडून तपासून आणण्यासाठी त्या त्या तज्ज्ञ डॉक्टरांचे पत्ते देतो. तसं काही फार आजार नसल्यामुळे सगळीकडेच रिपोर्ट निल्, निल्, निल्, असे येतात. रिपोर्ट निल् असते तरी पाठवलेलं बिल् मात्र आजार निर्माण करणारं असतं. सिझरिंगच करावं लागेल, ऑपरेशनवाचून गत्यंतर नाही हे ठामपणे सांगण्याचं धाडस अंगी असलं पाहिजे. बिलाचा जबरदस्त आकडा पाहिल्यावर पेशंट पुन्हा एकदा पहिल्यापासून इथंच आजारी पडावं काय याचा विचार करत असताना, डॉक्टर पेशंटच्या हातातून बिलाचा कागद घेतो आणि थोडा आपुलकीनं विचार केल्याचं नाटक करून, बिलावर 'लेस १०० रुपये' (५०

रुपये, २०० रुपये बिलाच्या रकमेस अनुसरून) असं लिहितो. तीन हजार एकशे तीन रुपयांतून शंभर रुपये डॉक्टरानं स्वत: होऊन कमी केले याचा पेशंटला आनंद वाटतो. पण ते कमी करण्यासाठीच आधी रक्कम वाढवून लिहिलेली असते. हे सगळं काही करायला अप्रतिम हुशारी लागते. मला हे कसं शक्य आहे? म्हणून मी डॉक्टर होण्याचा बेत रद्द करून टाकला. मग मी कोण?

प्रोफेसर व्हावं असं वाटतं. पण जमणार नाही असं वाटलं. विद्वतेचं सोडा. ती नसली तरी हल्ली खपून जातं. पण हुशारीचं काय? प्रोफेसर विसरभोळे असतात, या समजुतीचा सोयीस्कर फायदा उठवण्यासाठी वेळोवेळी स्मरणपूर्वक विसरभोळेपणा करण्याची तल्लख स्मरणशक्ती असावी लागते. मला तशी स्मरणशक्ती नाही. मी एक तर सरळ सरळ सगळं स्मरणात ठेवतो किंवा सरळ सरळ विसरून जातो. पण स्मरणपूर्वक हुकुमी विस्मरण हे तंत्र मला जमत नाही. आणखी एक म्हणजे प्रोफेसर (म्हणजेच गुरू) हा आईपेक्षा शंभर दीडशेपटीनं श्रेष्ठ असतो. आई आपल्या मांडीवरच्या एकाच स्वत:च्या मुलाला झोपवू शकते. परंतु प्रोफेसर वर्गात शिकवू लागते की, वर्गातली शंभर दीडशे लेकरं एकाचवेळी सामुदायिकरित्या झोपी जातात. हे काम माझ्या आवाक्याबाहेरचं आहे. म्हणून मी प्रोफेसर होण्याचा नाद सोडला.

अशाच निरनिराळ्या कारणांनी आणि असमर्थतेमुळे मी इंजिनिअर, व्यापारी, कारखानदार, लोकप्रतिनिधी, पुढारी, साधू, बुवा महाराज, कुणीही होऊ शकत नाही. प्रत्येक ठिकाणी मी कमी पडतो. प्रश्न एकच उरतो- मी कोण?

* * *

.१५.

कोटिच्या कोटी उड्डाणे

कोटिच्या कोटी उड्डाणे, झेपावे उत्तरेकडे असं समर्थ रामदास यांनी 'मारुतिस्तोत्रा'त म्हटलेलं आहे. समर्थांचा सर्वच बाबतीतला आवाका दांडगा होता. आचार्य अत्रे कसं म्हणायचे, 'हे असं गेल्या दहा हजार वर्षामध्ये झालं नव्हतं.' कसं अघळपघळ वाटतं. सगळं कसं हजाराच्या पाढ्यात. समर्थांचंही तसंच होतं. म्हणून तर त्यांनी मारुतिस्तोत्रात 'कोटिच्या कोटी उड्डाणे' असं म्हटलं आहे. दुसरा एखादा असता तर त्यानं 'दशकांच्या दशक उड्डाणे' असं म्हणून उड्डाण प्रकरण थोडक्यात आटोपलं असतं. पूर्वीच्या काळी 'कोटी'ला बरे दिवस होते. कुणीही कोटी, कोटी सहज म्हणू शकत असे. रामरक्षास्तोत्रातसुद्धा 'चरितं रघुनाथस्य शतकोटी प्रविस्तरम्' असं म्हटलं आहे. गणपतीच्या प्रार्थनेतसुद्धा सहस्त्र, लक्ष इत्यादी लहान आकडे नाहीत. तिथंही कोटीशिवाय बात नाही. 'वक्रतुंड महाकाय सूर्यकोटीसमप्रभ' असं म्हटलं आहे. 'घनश्याम सुंदरा श्रीधरा' या भूपाळीत होनाजी बाळासुद्धा म्हणतात, 'कोटिरवीहुनि तेज आगळे...'

तुकाराम महाराज काकड आरतीत पांडुरंगाला म्हणतात, 'कोटी रविशशी दिव्य उगवलेले हेळू.' एका अभंगात ज्ञानेश्वर महाराज श्रीकृष्णाला म्हणतात, 'तुझिये निढळी, कोटिचंद्रप्रकाश.' शंकराच्या आरतीत रामदास म्हणतात. 'शतकोटीचे बीज वाचे उच्चारी.' श्रीकृष्णाच्या आरतीमध्ये संत एकनाथ म्हणतात, 'मुखकमल पाहता सूर्याचिया कोटी.' सद्‌गुरुप्रदक्षिणेत असं म्हटलं आहे, 'कोटी ब्रह्महत्या हरती करिता दंडवत' मारुतीच्या आरतीत समर्थ म्हणतात, 'कोटिच्याही कोटी गगनी उडाला' एका अभंगात ज्ञानेश्वर म्हणतात, 'कोटी कुळांचे उद्धरण, मुखी

राम नारायण' बारा ज्योतिर्लिंगांचे माहात्म्य वर्णन करताना असं म्हटलं आहे, 'सत्य ज्योतिर्लिंगे बारा, प्रात:काळी स्मरण करा, कोटी कुळे उद्धरा...' संत एकनाथ 'बया दार उघड'मध्ये म्हणतात, 'कोटीचंद्रसूर्यप्रभा वेल्हाळी.' जुन्या काळातली ही 'कोटी'ची उदाहरणं सांगून झाली.

मधला फार मोठा काळ गेला. कोटी ही संख्या विस्मरणात गेल्यासारखी वाटत होती. पुस्तकांतून वगैरे मधून मधून कोटी ही संख्या दिसायची. उदाहरणार्थ, 'पृथ्वीपासून सूर्य पंधरा कोटी किलोमीटर लांब आहे.' 'हिंदुस्थानची लोकसंख्या (सतत वाढती असल्यामुळे) अमुक अमुक कोटी आहे,' 'केंद्र सरकारचं बजेट अमुक अमुक कोटी आहे,' वगैरे वगैरे. असे कोटीतले आकडे मोजकेच होते. सर्वसामान्य लोकांची उडी जेमतेम हजार, इतपतच असायची, सामान्य लोक तर शेकड्यांतच वावरत असायचे. एखाद्याची आर्थिक परिस्थिती मजबूत असल्याचं सांगायचं झाल्यास, असं म्हणायची पद्धती होती की, 'अडचणीच्या वेळी मध्यरात्रीही जरी गेलं तरी त्यांच्याकडे रोख पाचशे रुपये घरात असतात. असा मातब्बर माणूस आहे.' आर्थिक सुस्थिती मोजण्याचं, 'मध्यरात्रीही पाचशे रुपये' हे मोजमाप स्वातंत्र्यपूर्व काळात शंभराची नोट कुणी आणली तर, 'बघू, बघू, बघू' असे पाच पंचवीस आवाज त्या नोटेभोवती घुमत असत. अशी त्या नोटेची नवलाई होती. हल्ली एक सिगारेट, सिगारेट ओढणाऱ्यानं घेतली आणि शंभराची नोट दिली तर पानाचा गादीवाला (दुकानदार) लगेच नव्याण्णव रुपये परत करतो. शंभराच्या नोटेकडे, 'अुं:! त्यात काय मोठंस' अशा भावाने पाहिलं जातं.

पुढं पाचशेच्या नोटा आल्या. पंधरा वीस रुपयांचं काहीही घेतलं आणि पाचशेची नोट पुढं केला तर दुकानदार पाचशेची मोड सहज देऊ शकतो. उरलेले पैसे परत करताना इतके पैसे सहज देता येतात. पूर्वी हॉटेलमध्ये मालकाच्या जवळपास एक फलक लिहिलेला असे, 'दहाची नोट असल्यास सुट्ट्या पैशांबद्दल मालकास प्रथम विचारावे.' (मगच काय भजी, बटाटेवडे, चहा मागवावयाचं असेल ते मागवावे.) स्वातंत्र्यपूर्व काळात सर्वसामान्य लोकांचे आर्थिक व्यवहार मर्यादित स्वरूपाचे असायचे. किती तरी महागड्या वस्तू त्या काळात अस्तित्वात नव्हत्या किंवा अत्यल्प प्रमाणात त्यांचा वापर होता. उदाहरणार्थ, विजेचे पंखे, फ्रिज, वॉशिंग मशीन, मिक्सर, रेडिओ, टीव्ही, टोस्टर, गॅसची चूल, फॅशनेबल बॅगा, भरपूर कपडे, सोफा सेट, गालिचा, शोकेस, दारं-खिडक्यांचे पडदे, स्टीलची कपाटं, महागडी पादत्राणं, बोर्नव्हिटा, कॉम्प्लॅन, फ्रिजमध्ये फळं, शीतपेयांच्या बाटल्या, भारी किंमतीची क्रोकरी (प्लेटस्, काटे चमचे, कप, बशा, बाउल्स वगैरे) घरातल्या घरात किमान चार नळ, वॉश बेसिन, टॉवेल्स, नॅपकिन्स, काय काय

म्हणून सांगावं? यामुळे साहजिकच खर्च वाढत चालले. खर्च वाढले की, पगार वाढतात. पगार वाढले की, पुन्हा खर्च वाढतात. (आलटून पालटून असं पाच पन्नास वेळा म्हणत बसा. मोकळा वेळ भरपूर असल्यास.)

हल्ली म्हणजे सुमारे गेल्या वीस एक वर्षांपासून समाजाचं आर्थिक चित्र झपाट्यानं बदलत चाललं आहे. पगार इतक्या झपाट्यानं वाढले आहेत की, पगाराच्या रकमेवरची शून्यं लिहित असतानाच आणखी एक शून्य द्यावं लागतं. स्वातंत्र्यपूर्व काळात मोठमोठ्या साहेबांचा पगार एक हजाराच्या मागेपुढे असायचा. एक हजार या संख्येसून 'चार आकडी पगार' सुरू होतो, तो नऊ हजार नऊशे नव्याण्णवपर्यंत जाऊन पोहोचतो. हल्ली हजारो सर्वसामान्य कर्मचाऱ्यांनाही पाच आकडी पगार दरमहा मिळतो. झाडूवाल्यालाही झाडू नाही मारला तरी दरमहा ४ हजार रुपये पगार मिळतो. कुणी सांगावं. त्यानं झाडू मारलाच तर आणखी एक दीड हजार रुपये त्याला इनसेंटिव्ह म्हणून जादा मिळतील

ही झाली सर्वसामान्यांची स्थिती. मग श्रीमंत किती श्रीमंत असतील याची कल्पना करा. पूर्वी म्हणजे परवा परवापर्यंत 'लक्षाधीश' म्हणजे गडगंज श्रीमंत असं श्रीमंतीचं मूल्यमापन होत असे. पण हल्ली, शंभर, हजार या एकेकाळच्या मातब्बर संख्यांप्रमाणेच लाख या संख्येचं अवमूल्यन झालं आहे. हल्ली 'कोटी' ही युगसंख्या आहे. सध्याचं युग हे कोटी या संख्येचं आहे. त्याच्या खालचे सगळे आकडे बी.पी.एल.! (बिलो पॉव्हर्टी लेव्हल) हल्ली अनेक गोष्टी कोटीमधूनच बोलल्या जातात. मराठी माणसांपुढं, 'रत्ना वा मौक्तिकासी मूल्य मुळि नुरे' असं महाराष्ट्र-गीतात म्हटलं आहे. त्याच चालीवर, 'सहस्त्रावा लाखासी मूल्य मुळि नुरे' असे दिवस आले आहेत. मंतरलेले दिवस, सुगीचे दिवस, स्वातंत्र्य लढ्याचे दिवस, वगैरे वगैरे म्हणायची पद्धत असते. त्याच चालीवर सध्या 'कोटीचे दिवस' आहेत. सर्व कोटींना मूलाधार सॉलिड असला पाहिजे म्हणून, आपल्या महन्मंगल देशाची लोकसंख्यासुद्धा शंभर कोटी झाली आहे.

बऱ्याच वर्षांपूर्वी मराठी सिनेमा काही हजारात तयार होत असे. हिंदी सिनेमा दहा पाच लाखात तयार होत असत. अशा काळात मद्रासच्या जेमिनी कंपनीनं 'चंद्रलेखा' हा चित्रपट पस्तीस लाख रुपये खर्च करून तयार केला होता. त्यावेळी त्या सिनेमाच्या जाहिरातीत 'पस्तीस लाख रुपये' खर्च करून बनवलेला भव्य चित्रपट अशी जाहिरात केली जात असे. त्या काळात मराठी काही हजार, हिंदी काही लाख इति खर्चमर्यादा असे. परंतु हल्ली कोटीचा जमाना आहे. हजाराची आणि लाखाची आठवण काढणं दरिद्री लक्षण आहे, असं हल्लीच्या श्रीमंतांना वाटत असतं. सगळं कसं कोटी-कोटीत मोजलं जातं. काही नमुने बघा.

१) अमुक कारखान्यानं अमुक कोटी रुपयांची वीज चोरून वापरल्याचं उघडकीस आलं आहे. २) तमुक व्यवहारात सरकारला तीन आकडी कोटींचा फटका बसला आहे. ३) कर्मचाऱ्यांच्या मागण्या पूर्ण केल्यामुळे प्रतिवर्षी चार आकडी कोटी रुपयांचा जादा भार पडणार आहे. ४) अमुक चित्रपट नट हल्ली एका पिक्चरसाठी दीड कोटी रुपये घेतो. ५) अमुक बाल सिनेमा नटीची दोन कोटी रुपयांची प्राप्ती कराची बाकी. ६) अमुक संस्थेत तीन आकडी कोटी रुपयांची अफरातफर ७) वीरप्पननं वीस कोटी रुपयांची खंडणी मागितली. ८) धान्याची नासाडी झाल्यामुळे तीन आकडी कोटी रुपयांचं नुकसान ९) कामकाज सतत बंद पाडल्यामुळे संसदेचं रोज एक कोटी रुपयांचं नुकसान. अशी शंभराच्या पटीतही उदाहरणं मिळू शकतील. त्यातच, 'कौन बनेगा करोडपती' नवीन नवीन भर पडत आहे. 'सवाल दस करोडका' नं आणखी आघाडी मारली आहे. अशा या श्रीमंत कोटी या संख्येला माझे कोटी कोटी प्रणाम!

.१६.

एकविसावे शतक : एक खंथ

आपल्या देशाच्या बऱ्याच पंतप्रधानांनी जनतेसाठी एकेक घोषणा देऊन ठेवली होती. सुरुवात पंडित नेहरू यांनीच केली होती- 'आराम हराम है.' यावर जनता तरी काय बोणलार?' नंतर लालबहादूर शास्त्री यांनी 'जयजवान जय किसान' ही घोषणा देऊन दोघांनाही खूश केलं. नंतर इंदिरा गांधी यांनी 'गरिबी हटाव' ही घोषणा जनतेला दिली. ही घोषणा त्यातल्या त्यात बरी होती. त्यांचं ऐकणारी त्यांच्या प्रभावळीतली जी जी माणसं होती त्यांनी ती घोषणा शिरोधार्य मानून पटापट (फटाफट हा पर्यायसुद्धा चालेल) आपली गरिबी हटवून टाकली. श्रेष्ठींचा आदेश! तो मानलाच पाहिजे. त्यानंतर इ.स. चौऱ्याऐंशीमध्ये राजीव गांधी पंतप्रधान झाले. त्यांनी निराळीच आयडिया केली. कुणी काही मागितलं, की त्यांनी सांगून टाकलं, 'आता आपल्याला एकविसाव्या शतकाकडे जायचं आहे.' ही घोषणा ऐसपैस आणि धूर्तपणाची होती. जणू अंधारातून प्रकाशाकडे जायचीच ती घोषणा होती. १९८४ पासूनच त्यांनी 'आपल्याला एकविसाव्या शतकाकडे जायचं आहे,' असा एकच नारा लावला. त्यामुळे झालं काय, ती घोषणा तब्बल सोळा वर्षं पुरण्याइतकी ऐसपैस होती. या सोळा वर्षांत कुणी काही बोललं, की 'आपल्याला एकविसाव्या शतकात जायचं आहे, चालू विसाव्या शतकात काहीबाही मागत बिगत बसू नका. (पुन्हा) आपल्याला एकविसाव्या शतकाकडे जायचं आहे!' यात धूर्तपणाही होता तो असा.

१९८४ पासून हे वाक्य वातावरणात सतत घुमत आहे. त्यामुळे आपल्या या विद्वत्बहुल महाराष्ट्र प्रदेशी निराळ्यांच्या हालचाली सुरू झाल्या. निरनिराळे विद्वान, समीक्षक, साहित्यिक, कवी, नाटककार,

सुधारक, बुद्धिप्रामाण्यवादी यांपासून ते निरनिराळ्या व्यवसायांतल्या मंडळीपर्यंत, जो तो आपापल्या दृष्टिकोनातून एकविसाव्या शतकाकडे पाहू लागला. मीच काय तो सामान्य माणूस. मला एकविसाव्या शतकाकडे कसं पाहायचं हे कळत नव्हतं. तरीही मी थोडा विचार करून पाहिला. तेव्हा माझ्या नजरेसमोर भावी काळाचं कल्पनाचित्र असं झालं. इसवी सन २००० च्या डिसेंबरची एकतीस तारीख. त्या दिवशी मी रात्री मुद्दाम जागा राहिलो होतो. कारण प्रसिद्ध एकविसावं शतक कसं सुरू होतं, हे मला माझ्या स्वतःच्या नेत्रकमलांनी पाहून धन्य धन्य व्हायचं होतं. इंग्रजी तारीख, वर्ष, वार जे काही बदलायचं असतं. ते मध्यरात्री बारा वाजता. फारच ऑड टाइम! त्या रात्री मी घड्याळाकडे टक लावून पाहत होतो. रात्रीचे अकरा वाजून एकोणसाठ मिनिटं झाल्यावर माझी छाती आनंदानं धडधडू लागली. आता आपण एकविसावं शतक काही सेकंदांतच 'याचि देही याची डोळा' पाहणार आहोत.

झालं. रात्रीचे बरोबर बारा वाजले. विसावं शतक संपलं आणि प्रचंड गाजावाजा झालेलं एकविसावं शतक सुरू झालं. १ जानेवारी २००१ हा एकविसाव्या शतकाचा शुभारंभाचा पहिला दिवस सुरू झाला. मी नीट लक्ष देऊन बाहेर पाहिलं. आकाशाकडे पाहिलं. आकाशातले तारे पाहिले. सगळं जिथल्या तिथंच होतं. कुठंही कसलाही फरक जाणवला नाही. विसाव्या शतकाच्या शेवटच्या रात्री अकरा वाजून एकोणसाठ मिनिटांनी जी स्थिती होती. तीच स्थिती एकविसाव्या शतकाच्या पहिल्या मिनिटाला होती. मी रात्र जागून काढली. कुठंही कसलाही फरक जाणवला नाही. नेहमीप्रमाणेच डास चावत होते. थंडी वाजत होती. पहाटे नेहमीप्रमाणेच दूधवाला आला. सगळं जस्संच्या तस्सं होतं. आता एकविसाव्या शतकाचा पहिलावहिला सूर्योदय कसा होतो हे तेवढं पाहायचं बाकी होतं. मी मुद्दाम मोकळ्या जागी जाऊन उभा राहिलो. सूर्य उगवतानाच प्रत्यक्ष दिसावं. सूर्य सूर्याच्या ठरल्या वेळी उगवला. रोजच्यासारखाच त्याचा प्रकाश पडला होता. गुलाबी रंगाची किरणं, हिरव्या रंगाची उन्हं, केशरी रंगाची दुपार, जांभळ्या रंगाची संध्याकाळ वगैरे काहीही नव्हतं. सूर्य रोजच्याप्रमाणे उगवला आणि रोजच्याप्रमाणे मावळला. या महाराष्ट्र भूमंडळी एकविसाव्या शतकाचा धूमधडाका चालला आहे याचा सूर्याला पत्ताही नव्हता. तो त्याचं रुटीन काम करून निघून गेला. माझ्या कल्पनेतला एकविसाव्या शतकाचा पहिला दिवस असा होता. मी स्वतःच ऑर्डिनरी इसम. त्यामुळे माझ्या कल्पनेतला तो पहिला दिवस ऑर्डिनरीच असणार हे ओघानंच आलं.

परंतु बाकीच्या विद्वानांनी आपापल्या पद्धतीनं एकविसावं शतक रंगवलं. किती झालं तरी ते विद्वान आणि प्रतिभावंत आहेत. त्यामुळे त्यांनी कोणकोणत्या

दृष्टीनं एकविसाव्या शतकाकडे पाहिलं हे बघणं उद्‌बोधक ठरेल. तेच आता पाहू या.

लेडीज फर्स्ट या न्यायानं, एक स्त्रीमुक्तीवाल्या बुद्धिवादी महिला म्हणाल्या, "एकविसाव्या शतकातली स्त्री ही विसाव्या शतकातल्या स्त्रीपेक्षा शंभर वर्षांनी पुढं असेल. एकविसाव्या शतकातील स्त्री ही स्वत:ला स्त्री म्हणवून न घेता 'समांतर पुरुष-पॅरलल मॅन' असं म्हणवून घेईल. हा फार मोठा बेसिक फरक एकविसाव्या शतकात दिसून येईल. एकविसाव्या शतकातील स्त्री व्याकरणातील स्त्रीलिंगाविरुद्ध बंड करून उठेल. पुरुषांत ज्याप्रमाणे काही पुरुष 'ही-मॅन' असतात. त्याप्रमाणे स्त्रियाही 'ही-मॅन' होतील. 'शी-मॅन' ही अर्ध-स्त्रीपुरुषी संकल्पना तिला मान्य असणार नाही. एकविसाव्या शतकातली स्त्री साडी, फ्रॉक, पंजाबी ड्रेस असले विसाव्या शतकातले कपडे घालणार नाही. तिचे सर्व कपडे पुरुषांप्रमाणे असतील. बोलतानाही एकविसाव्या शतकातली स्त्री, 'मी येते, मी आले', असं म्हणून जुनाट बायकीपणा दाखविणार नाही. तीही पुरुषाप्रमाणेच ठणकावून 'मी येतो, मी आलो', असं म्हणेल एकविसाव्या शतकात स्त्रीमुक्ती चळवळ असणारच नाही. कारण तिनं स्वत:च आपली मुक्ती करून घेतली आहे. एकविसाव्या शतकातली स्त्री लग्न ही संस्था १ जानेवारी २००१ या पहिल्या दिवशीच मोडीत काढील. या लग्न संस्थेनंच स्त्रीला गुलाम करून टाकलं आहे. नवरा-बायको ही संकल्पना त्याच १ जानेवारीला नष्ट करून टाकली जाईल. 'मी तुझा मित्र, तू माझा मित्र,' असं ती पुरुषाला सांगून मगच त्याच्याशी व्यवहार करील." वगैरे वगैरे.

बाकीचं जाऊ द्या. एका कवीला एकविसाव्या शतकातली मराठी कविता कशी असेल याचाच ध्यास लागला होता. तो म्हणाला, "एकविसाव्या शतकातली कविताही गद्यातच असेल. गद्यकाव्य हा एक भकास प्रकार (शब्द त्या कवीचा) रूढ आहे; पण एकविसाव्या शतकातली गद्य कविता निराळी असेल. ती अजिबात न कळणे हेच तिचं व्यवच्छेदक लक्षण राहील. अशी कविता कशी असेल याचा एक नमुना मी तयार करून आणला आहे. ऐका :

"किरमिजी गोळाबेरीज केल्यावर हत्तीच्या तिसऱ्या पायावर बेदाणा ठेवून शुक्राच्या चांदीच्या प्रकाशात दाढी केली असता चहात चिंचोके घालणं निकडीचं आहे,' असं कोलंबस कुलकर्ण्यांच्या शकूला म्हणाला.

पण शकूनं चहात सूचिपर्ण घातल्यामुळे ती आमची जिराफसुद्धा पिणं शक्य नाही.

असं सुप्रिम कोर्टाचे सरन्यायाधीश कल्हईवाल्याला म्हणाले,"

एकविसाव्या शतकातली गद्यकविता अशी असेल. कितीही प्रयत्न केला

तरी कवीला काय सांगायचं आहे हे अजिबात न कळणं हेच एकविसाव्या शतकातील कवितेच्या यशाचं गमक मानलं जाईल.

'एकविसाव्या शतकामधली मराठी भाषा' यासंबंधी बोलताना एक विद्वान प्राध्यापक म्हणाले, ''एकविसाव्या शतकातली मराठी भाषा इंग्लिशाभिमुख असली पाहिजे. सध्याच्या मराठीत इंग्लिश शब्द खूप कोंबले जातात. तसं न करता मराठी शब्दच इंग्लिश पद्धतीनं चालवावेत. 'मी पुस्तक वाचत आहे' हे वाक्य 'मी पुस्तक आहे वाचिंग,' असं लिहावं. 'त्यानं मला विचारलं, हे वाक्य 'त्यानं मला विचार्ड', असं लिहावं. त्यामुळे मराठी आणि इंग्लिश व्याकरण जवळजवळ येईल. नामांची अनेकवचनं 'एस' प्रत्यय लावून करावीत. पुस्तक-पुस्तक्स, बैल-बैल्स, दगड-दगड्स वगैरे. अशा पद्धतीनं मराठी लिहिल्यास ती अधिक मॉडर्न होईल. एकविसाव्या शतकातलं मराठी इंग्लिशप्रचुर असेल. सध्यासुद्धा लोकांचा ओढा इंग्लिकडेच जास्त आहे. तरीही अस्सल इंग्लिश चांगलं येत नसल्यामुळे मराठाळलेलं इंग्लिश बोललं जातं. 'त्याचं काय आहे' या मराठी वाक्यांशांच इंग्लिश रूपांतर सरळ सरळ 'इट्स व्हॉट इज' केलं जातं आणि 'रेट ऑफ बर्थ'चं मराठी भाषांतर 'जन्माचा दर' असं केलं जातं. ही दोन्ही उदाहरणं पाहिल्यावर एकविसाव्या शतकातली मराठी अधिक इंग्लिशाळलेली असेल हे उघड आहे. 'काळा काळा कुट्ट'चं 'ब्लॅक ब्लॅक कुट्ट' असं इंग्लिश रूपांतर मराठीला अधिक जवळचं वाटेल आणि 'ओ माय स्वीट ॲपल'चं मराठी रूपांतर' 'अरे माझ्या गोड सफरचंदा' केल्यास ते इंग्लिशला अधिक जवळचं वाटेल. चालू शतकातलं आपलं इंग्लिश आणि आपलं मराठी पाहिल्यावर एकविसाव्या शतकातल्या मराठीची ही प्रसादचिन्हंच आहेत, असं वाटतं.''

'एकविसाव्या शतकात धर्माचं स्थान', या विषयावर बोलताना एक ज्येष्ठ राजकीय पुढारी म्हणाले, ''एकविसावं शतक 'सर्वधर्मसमभाव' या संकल्पनेचं असेल. प्रत्येक घरात सर्वधर्मसमभाव दिसला पाहिजे; तरच भारतीय लोकशाही निकोप पद्धतीनं टिकून राहिल. सध्या हिंदूंच्या घरामध्ये सर्वांची नावं हिंदू असतात. मुसलमान, ख्रिश्चन यांच्या घरातही तोच प्रकार आहे. त्यामुळे प्रत्येक धर्म अलग अलग पडला आहे. एकविसाव्या शतकात देशपांडे हे हिंदू आडनाव असलं तरी कुटुंबप्रमुखाचं नाव आलबर्ट असेल आणि त्याच्या मुलाचं नाव अरिहंत, मुलीचं नाव मार्गारिट, बायकोचं नाव रणजित कौर असेल आणि भावाचं नाव रुस्तुम असेल. एकविसाव्या शतकात घराघरांतून सर्वधर्मसमभाव दिसला पाहिजे. धार्मिक कृत्यंही संमिश्र असली पाहिजेत.

'मार्गारिट, अब्दुल, शुभंकरोति म्हणायला बसा. विष्णू, तुझी प्रेअर म्हणून

झाली का? मग 'आमेन' म्हण आणि सर्वांना 'सलाम आलेकुम' कर. फातिमा अंगणात सडा टाकून रांगोळी घाल. एलिझाबेध, देवाची आरती कर. जोसेफ, शंकर, डेव्हिड, कर्तारसिंग रहमान सर्व जण हात जोडून मंत्रपुष्पांजली म्हणा. लक्ष्मी, बायबल वाचायला बैस', असं दृश्य एकविसाव्या शतकात दिसलं पाहिजे. पुण्यातल्या सदाशिव पेठेत फ्रान्सिस डिकुन्हा किंवा अहमद अल्ली, बरकत अल्ली निवडणुकीला उभा राहिला, तरी निवडून आला पाहिजे. गडचिरोलीला परांजपे, चितळे, जोशी जरी उभे राहिले तरी लोक त्यांनाच निवडून देतील. माझ्या कल्पनेतलं एकविसावं शतक असं असेल.''

एक ज्येष्ठ प्रशासकीय अधिकारी म्हणाला, ''सध्याच्या विसाव्या शतकात सर्व थरांतले, सर्व प्रकारचे लोक पैसे खातात. पैसे खाल्ल्याशिवाय कुणीही कुणाचं कामच करत नाही. पैसे खाणं ही गोष्ट आता धर्म आणि जात याप्रमाणेच दृढमूल होऊन बसली आहे. त्यामुळे पैसे खाणं ही संकल्पना स्वीकारलीच पाहिजे. काळाबरोबर राहायचं तर पैसे खाणं आणि लाच देणं यांना पर्याय नाही, हे स्पष्ट आहे. सध्या पैसे खाण्याच्या बाबतीत फारच सावळागोंधळ आहे. हजार-पाचशे रुपयांपासून हजार. पाचशे कोटी रुपयांपर्यंत कुणीही कितीही पैसे खातो; परंतु एकविसाव्या शतकात सर्वांत प्रथम पैसे खाण्याचं रॅशनलायझेशन झालं पाहिजे. चतुर्थ श्रेणीच्या कर्मचाऱ्यांनी किती पैसे खावेत, कारकुनांनी किती पैसे खावेत, साहेबांनी किती खावेत, बँकांनी त्यांच्या वार्षिक उलाढालीच्या प्रमाणात किती कोटींची अफरातफर करावी, यात मॅनेजर आणि मॅनेजमेंटचे लोक यांची किती टक्केवारी असावी, या सर्व गोष्टी, सुनियोजन करून कार्यवाहीत आणल्या पाहिजेत. कधी कधी साधा कारकूनच कोट्यधीश होऊन बसतो आणि मॅनेजमेंटच्या लोकांना आणि वरिष्ठ अधिकाऱ्यांना, स्वत:ला पैसे खाण्यासाठी व्यापारी आडनावं धारण करणाऱ्यांना कोट्यवधी रुपयांची कर्जं ठराविक टक्के लाच घेऊन द्यावी लागतात. अशानं बँका तोट्यात जातात. म्हणून सर्व प्रकारच्या पैसे खाण्याचं नीट अभ्यास करून रॅशनलायझेशन करणं, हे एकविसाव्या शतकापुढचं आव्हान आहे. हे आव्हान स्वीकारल्यास, पैसे खाण्याला सुसूत्रता येईल.''

याच पद्धतीनं 'एकविसाव्या शतकातील घरगडी आणि मोलकरीण' 'एकविसाव्या शतकातील प्रेमप्रकरण', 'एकविसाव्या शतकातील स्त्री-पुरुष-संबंध', 'एकविसाव्या शतकातील हुंडाबळी : नवीन दिशा' 'एकविसाव्या शतकातील लोकशाही' 'एकविसाव्या शतकातील खाणावळी आणि त्यांचे मेनू', 'एकविसाव्या शतकातील केशरचना', 'एकविसाव्या शतकातील वर्तमानपत्रं', 'एकविसाव्या शतकातील हॉटेलमधील खाद्यपदार्थ आणि पेये : दोन शतकांचा तौलनिक विचार', 'एकविसाव्या शतकातील अंतर्वस्त्रे

: शास्त्रीय दृष्टिकोन', 'एकविसाव्या शतकातील हातरुमाल : आकार आणि उपयुक्तता', 'एकविसाव्या शतकातील दाढी : पुरुषांपुढील एक ज्वलंत आव्हान', याप्रमाणे जो उठतो तो भाषणंच ठोकू लागतो. राजीव गांधींनी या विद्वत्भूमीतील विद्वानांना सलग सोळा वर्ष (१९८४ पासून) चघळायला आणि रवंथ करायला छान गुंतवून ठेवलं आहे. खरं सांगू का, एकविसावं शतक हे विसाव्या शतकानंतर अनुक्रमानं येणारं शतक आहे. त्यात आणखी रॅडिकल वगैरे काय डोंबलं होणार आहे? उगीच 'अॅडव्हान्स बडबडी' करायला ठीक आहे!

www.ingramcontent.com/pod-product-compliance
Lightning Source LLC
Chambersburg PA
CBHW030524260626
47157CB00005B/1865
9788172948368